thơ ý

Cùng Một Tác Giả

- **LÝ LỊCH DỌC NGANG CỦA THẢO**
  (tạp văn, Cội Nguồn, 2003)
- **TỔ ẤM BAY VỀ**
  (tạp văn, Cội Nguồn, 2013)
- **TUYỂN TẬP BẮC ĐẨU VÕ Ý**
  (tạp bút, 2018)

thơ ý
võ ý

nhân ảnh 2 0 2 5

thơ ý
bắc đẩu võ ý
ấn bản năm 2025
trình bày bìa: **Uyên Nguyên Trân Thiết**
trình bày trang trong: **Nguyễn Đình Hiếu**
NHÀ XUẤT BẢN NHÂN ẢNH
ISBN: 979-8-3485-9502-9
COPYRIGHT © 2025 by VÕ Ý

Yêu thương gởi lại con cháu & các thế hệ Việt Nam tiếp nối.

THƠ Ý được chào đời trong sự bảo bọc của đồng đội,
đồng môn và bằng hữu thân thiết
như Lê Hân & NXB Nhân Ảnh,
Bắc Đẩu Ngô Sỹ Hân và bạn trẻ Nguyễn Đình Hiếu.
Tác giả xin cám ơn sự ân cần quý báu,
đặc biệt với một số đồng môn
Trung Học Phan Chu Trinh Đà Nẵng.
Chân thành.

mục lục

Mở
1960 - 1975
MIỀN NAM TỰ DO NHÂN BẢN
    Nốt Đẹp ◆ 4
    Chàng ◆ 6
    Phận Trai Già ◆ 8
    Không Ngờ ◆ 10
    Con Của Bố ◆ 12
    Huyết Thống ◆ 14
    Xưa Trên Đó ◆ 16
    Tuổi Tôi ◆ 18
    Tiếc Nuối Bay Đi ◆ 20
    Con Sông Ấy ◆ 22
    Còn Đâu ◆ 24
    Ở Pleiku ◆ 26
    Chào Sáng ◆ 28
    Bướm Lạ ◆ 30
1976 - 1988
NGỤC TÙ CỘNG SẢN
    Tết Đầu Tiên Tại Trại Tù Yên Bái ◆ 32
    Là Em ◆ 34
    Mùa Xuân Bỏ Trốn ◆ 36
    Một Trăm Phần Trăm ◆ 38
    Tạ Ơn Tù Đày ◆ 44
    Sáng Tim Ta Ngọc Này ◆ 46
    Em Phải Sống ◆ 48
    Quả ◆ 50
    Bước Chân Việt Nam Lưu Vong ◆ 52

1989 - 1992
NÍN THỞ TẠI SÀI GÒN
   Ông, Nắng Và Tôi ♦ 60
   Kem Ta Bán Như Đất Trời Đà Lạt ♦ 62
   Sợi Tóc ♦ 64

1992 - 202X
ĐẤT TRỜI TỰ DO
   Đêm Vu Lan Chờ Xe Buýt ♦ 68
   Mừng Ông Dật Dờ ♦ 70
   Rau Muống ♦ 72
   Bàn Tay ♦ 73
   Con Đường ♦ 74
   Tiếng Em ♦ 75
   Vận Hành Máy ♦ 76
   Mừng Em ♦ 78
   Có Cái Gì Khác Lạ ♦ 80
   Hôm Nay Thấy Ánh Đạo Vàng ♦ 82
   Hội Hoa Đào ♦ 84
   Vinh KQ Cảnh Mua Nhà ♦ 85
   Say Em Đó Nhưng Không Cần Em Đó ♦ 86
   Truy Niệm Cánh Chim Đặng Duy Lạc ♦ 88
   Nhịp Hồi Sinh ♦ 90
   Lửa Hoa Niên Thắm Thiết Không Ngờ ♦ 92
   Xanh Đêm Diệu Kỳ ♦ 94
   Lệ Bâm Sáng Thu ♦ 96
   Lý Lịch Dọc Ngang Của Thảo ♦ 98
   Quy Thao's Biography ♦ 104
   Mười Năm Nhìn Lại ♦ 110
   Tưởng Niệm Chuẩn Tướng Phạm Ngọc Sang ♦ 114
   Về Đà Nẵng Đọc Thơ Trần Hoan Trinh ♦ 116
   Khóc BGKQ|Net ♦ 118

Cám Ơn Em Vô Cùng Phúc Vĩnh ◆ 122
Tưởng Niệm Nhân Lễ Húy Kỵ Chí Sĩ Phan Chu Trinh ◆ 124
Lên Núi Tỏ Tình Cho Ăn Chắc ◆ 128
Xuống Núi Mà Lo Chuyện Bao Đồng ◆ 130
Kính Mừng Trăm Tuổi Mẹ Nguy Nga ◆ 132
Cảnh Giới Nào Mẹ Vẫn Vô Cùng ◆ 134
Tổ Ấm Bay Về ◆ 136
Đóa Hoa Ngày Valentine ◆ 138
Hình Như Tôi Cũng Bá Vơ ◆ 140
Hình Như Trong Sợi Tóc Mai ◆ 141
Hình Như M Cũng Thất thường ◆ 142
Hình Như Trúc Đã Gặp Đình ◆ 143
Hình Như Lộng Giả Thành Chân ◆ 144
Nụ Hồng Tím ◆ 145
Tưởng Niệm Quân Dân Cán Chính Trên Liên Tỉnh Lộ 7B ◆ 146
Bàn Chân Muộn Màng ◆ 152
Ước Mơ Việt ◆ 154
Tưởng Niệm Cung Trầm Tưởng ◆ 156
Văn Tưởng Niệm Quốc Tổ ◆ 158

Kết

PHỤ LỤC

Một Góc Trời Pleiku Trong Thơ Võ Ý ◆ 173
Xưa Trên Đó ◆ 181
Nay Trên Đó ◆ 185
Đã Rộng Đường Bay Một Cánh Chim ◆ 186
Viết Cho Ba Mẹ ◆ 196
To Mom and Dad ◆ 200
Ý Thơ Trong Thơ Ý ◆ 204
Cảm Nhận Một Bài Thơ Của Ý ◆ 211

SVSQ K17/TVBQGVN 1961

MỞ

Thơ từ trái tim
Ý từ khối óc
Tim óc nâng niu sự sống

Thơ rung động mỗi sợi tóc rơi
Ý đắn đo niềm tin lý tưởng

Thơ Ý:
Tâm huyết một cánh chim
Miền Nam Tự Do
gởi lại đời sau
thầm mong ước:
Việt Nam Dân Chủ Nhân Quyền
sánh vai cùng thế giới...

Vườn Thượng Uyển
(Xuân 2023)

1960 - 1975
Miền Nam Tự Do Nhân Bản

NỐT ĐẸP
Gửi BQ

Em chào đời có Đẹp
Đẹp theo em suốt đời
Nhỡ mai nầy cách biệt
Đẹp vương vấn trong tôi

Đẹp theo em xuống phố
Đẹp theo em đến trường
Đẹp quá đỗi khiêm nhường
Đẹp lặng lờ không nói

Như đôi cánh vô hình,
Đẹp bay cùng mỹ thể
Chọn phương nào ký gởi
Đây môi má xinh xinh

Em như lời chối bỏ
Đẹp như sợi tóc mai
Tôi ngàn năm thơ thẩn
Đành yêu nốt Đẹp này.

(Đà Nẵng, 1960)

Mời nghe: https://www.youtube.com/watch?v=CgRtivRbTJo
Phổ nhạc: Cố KQ Trần Ngọc Thạch
Ca sĩ: Hà Chương

CHÀNG

Chàng tiếng nói ngàn đời hoang đường
Bàn chân từng giẫm bao đau thương
Mắt nhìn là một trời xa vắng
Chàng trán nhỏ thấy hẳn phong sương

Chàng về đây mùa xuân quen em
Bảy ngày sao không bằng thoáng nhìn
Con đường hoàng hôn mù dáng bước
Hôm chia tay lòng nghe rưng rưng

Rồi phố trên thương về phố dưới
Đà Lạt thu mình nhớ Hội An
Rồi bài thơ chàng mang hoang vắng
Về phong em mấy núi sương ngàn

Rồi tháng rồi năm đành cách biệt
Thu nao chàng về phép thăm em
Phố nhỏ bỗng dưng buồn da diết
Chàng ngậm ngùi đành ngậm ngùi thêm

võ ý

Từ đấy cao nguyên thường mưa bay
Rừng trầm tư đồi bạt chân giày
Mắt chàng thêm xa vời từ đấy
Áo chiến thâm thương em có hay?

(Đà Lạt, 1962)

SVSQ K17 Vĩnh Đương và Chàng (bên phải) năm 1962

PHẬN TRAI GIÀ

Từ cao xuống rủ rê chìm xuống lũng
Lũng đêm dày phút ngập biển sương
Lên cao nghe gió núi ngùi thương
Hai bàn tay cóng tê buồn vui gì nữa?

Trăng tháng Chạp này mờ
Con đường trải vàng thưa hai bên rừng thưa
Một rừng thưa ngửa nhìn hoang vắng
Mộng có bao giờ tròn như mắt em chưa?

Có tiếng thở nhẹ gió cuốn đi
Có tiếng đập quả tim chìm trong hơi thở
Có mạch máu này chảy ngoài trận địa
Trăng lặn rồi chẳng vội khoác chinh y

Xuân này vào rừng đốt lửa
Họ hát họ ca át cả tiếng rừng
Ngửa mặt lên trời tay trong tay nữa
Tiếng thề vang dậy biên cương

Thôi đừng nói chuyện trở về
Núi rừng và đêm đắm say đời họ
Thôi đừng tựa cửa trông chờ
Vì trung hiếu còn xanh trong tóc đó.

(Đà Lạt, 1962)

KHÔNG NGỜ

Khi mới đến đã say mềm tiếng hát
Chân cũng dừng thôi chẳng thiết đi xa
Hương mới thoảng cơ hồ đà ngây ngất
Đêm không cùng kìa ánh mắt kiêu sa

Em đứng đó huy hoàng như mộng ước
Cả rừng chiều không dám nói yêu thương
Hoa với lá cũng ngây nhìn dáng bước
Ngờ đâu đây thoảng hiện khúc nghê thường

Em ngồi xuống nắng vàng theo núi xuống
Rừng núi này từng ghi dấu chân trai
Bỗng thấy đẹp lạ như chưa từng thấy
Đà Lạt ơi xin giữ lại một ngày

Khuya rất vắng sương xuống nhiều không thấy
Đây vuông khăn em quàng ấm tóc mơ
Không tiếng nói không còn gì để nói
Này tay em tôi nắm trọn bao giờ

Khi mới lớn trải qua nhiều biến ảo
Cũng dạn dày và cũng rất ngây thơ
Nay đã lớn ngỡ linh hồn đá sỏi
Lạ lùng thay thương nhớ đến không ngờ

Khi từ giã sao thẫn thờ quá đỗi,
Em nhìn tôi tôi nhìn lại cõi lòng
Lưu luyến quá hay là yêu rồi nhỉ?
Tàu lên cao buồn theo lên mênh mông...

(Đà Lạt, 1965)

CON CỦA BỐ

Con của bố nếu sinh ra đời
Sẽ mím chặt môi không thèm khóc
Cuộc đời vốn đãi đưa lừa lọc
Khóc làm gì cho tốn sức mòn hơi

Hãy lớn khôn cùng tháng ngày
Không cần gấm nhung nuông chiều trưởng giả
Biết nhịn nhục lòng biển khơi
Và ý chí vững bền như núi đá

Con của bố khi bước vào cuộc đời
Muốn làm gì thì làm tùy ý
Đừng bao giờ gian manh đánh đĩ
Khổ thân con tai tiếng danh nhà

Thời ly loạn nhiễu nhương còn nhiều
Hãy vô tư cùng trẻ thơ đèn sách
Nếu ai hỏi bố con đâu rồi
Thưa rằng đang vẫy vùng cho đất nước

Thế nào con cũng sẽ chào đời
Bố mong đợi ôm hôn con trước nhất
Và tha thiết tặng con một gia tài
Một tâm hồn đắng cay nhưng bất khuất.

(Nha Trang, 1965)

HUYẾT THỐNG

Con là máu cha huyết mẹ
Trên cha mẹ có ông bà
Con phải tin có Trời có Đất
Có linh hồn khi con mới tượng hình ra.

(Nha Trang, 1966)

Bé Quý Thương và Ba Mẹ tại Nha Trang – 1971

XƯA TRÊN ĐÓ[1]

Xưa trên đó sương nhòa hơi thở đượm
Dốc cũng vừa ta bước xuống vô biên
Mê cho lắm cho tay dài với mộng
Mặt trời lên chiếu rạng tới ưu phiền

Mưa thì sình bụi mù thay nắng gió
Gặp là vui cam khổ cũng cam đành
Vui cho quên đâu bằng xưa trên đó
Áo bay bay mờ ảo dấu Phượng Hoàng

Quên được thì quên nhớ thì ai nhớ
Quên cho rồi *quyên* gọi *cuốc* từ đây
Nhớ đâu đâu lạ lùng trăng đêm đó
Tượng đá thần linh sao ta tỉnh say

Một dạo bay qua nhìn qua trên đó
Đôi như vương cây như vấn chân nàng
Phố cũng xưa và tim thì đau nhói
Quạt nồng đâu qua đó để cơ hàn

[1] Mời xem Phụ Lục

Biển rộng có bờ sông dài có ngọn
Đã hẹn bên bờ đến ngọn hòa mình
Nhưng sông có khúc tình người vô hạn
Đã hẹn thì chờ dâu biển chờ xem

Tôi vẫn đứng bên bờ giao ước đó
Đợi chờ em từ cõi sắc không kia
Mây cứ bay bay hoài hương phấn cũ
Tôi còn đấy em dễ có như xưa.

(Pleiku, 1967)

Nhạc: NS Trần Duy Đức
Ca sĩ: Tấn Đạt
Video: NS KQ Hoàng Khai Nhan
https://sd6kq.blogspot.com/2019/07/xua-tren-o.html
Youtube: https://www.youtube.com/watch?v=5iuptbn7ZHQ

TUỔI TÔI

Tuổi tây hăm bảy xuân này
Tuổi ta cộng một cho đầy tuổi tôi

Tuổi thêm thêm dạ bồi hồi
Đạn reo bom dội thôi rồi tuổi xưa

Chiến chinh tạo nghiệp gì chưa
Vợ không một vợ con thừa một con

Duyên bay bổng ấy sắt son
Một tàu du chở một hồn bồng bềnh

Công chưa trả nghĩa chưa đền
Phố thôn nhìn dưới gan mềm ruột đau

Phong trần thêm một bộ râu
Chút tình giăng cuội về sau nhớ chừa.

(Nha Trang, 1967)

TIẾC NUỐI BAY ĐI

Có những chiều buồn như chiều nay
Tôi ngửa nhìn một trời không nói được
Con sông này đục buồn con nước
Núi non kia lớp lớp nghẹn ngào

Những con chim bay đi không hót
Rừng điệp trùng rừng cũng ưu tư
Những con chim bay về không hót
Tôi đứng nhìn nhìn lại mình tôi

Có những dại khờ những ngẩn ngơ
Tôi gối đầu lên trang thánh hiền nghĩa đạo
Có trong tay nắm chặt ước mơ
Trong mê đắm ước mơ vàng vọt máu

Có những niềm tin như hơi thở
Của rừng chiều sương nhẹ như chiều nay
Tôi vuốt tóc chao mớ tóc gì thảm hại
Em em ơi tóc em còn bay

Thôi những con chim trời phiền muộn
Đôi cánh tiên dù rẽ lạc trong mơ
Tiếc gì thêm một khung trời bão loạn
Bay đi đâu xin tiếc nuối bay đi.

(Pleiku, 1967)

Chàng, Nha Trang, 1966

CON SÔNG ẤY...

Con sông ấy chảy về đâu em
Mùa xưa về ngọt môi mềm
Hôm anh đi nước có nghẹn ngào không đấy
Và sao có rải đầy trong ngực thơm

Mắt em và nước sông có trong xanh
Bờ xưa còn không vỗ sóng vang lừng
Em hai mươi mười tám nay buồn tủi
Nay đã linh hồn ngợp giá băng

Thôi cần gì em điếu thuốc thơm
Hãy thành khẩn như khi vào thánh đường
Cầu nguyện cho dại khờ tuổi trẻ
Và hiền lành như lúc đến thăm anh

Con sông ấy chảy về đâu em
Về miền hoang vu hay đại dương
Con sông ấy chảy về đâu em
Về miền xa xôi hay vai anh

Có chảy về đại dương xin chảy nhanh
Cuốn theo bọt bèo ngày xưa buồn tủi
Cuốn theo luôn bãi cát mùa hè
Thôi tiếc gì dấu chân họ giẫm

Có chảy về hoang vu xin chảy chậm
Chậm cho nhiều cho ngừng thời gian
Nước trong chưa xin chảy thật êm
Cho bùn lắng và xanh in trời biếc

Con sông ấy chảy về đâu em
Về miền hư vô hay vai anh?

(Đà Nẵng, 1969)

CÒN ĐÂU

Muốn ghé về thăm sợ về không đặng
Thôi bay đi – bay, lòng thấy xôn xao
Mây xuống nặng nhưng tình tôi cũng nặng
Ghé lại, bay đi – ngoảnh lại còn đâu?

Sông Phố hiện, hiện lên hình bóng cũ
Ngực môi thơm em tóc rũ hao gầy
Xưa thức dậy sững sờ quên máy nổ
Ghé làm sao mưa phố nhỏ giăng đầy

Từ độ bay qua không về thăm được
Lòng tiếc hoài một thuở ngàn năm
Em dưới đó hẳn vô cùng náo nức
Mỗi lần nghe tiếng máy nổ xa xăm

Thương xót quá em hao gầy tóc rủ
Gầy hao thêm khi bóng cũ xa dần
Biền biệt mãi tôi chim trời cánh mỏi
Nghĩ về em như tổ ấm dừng chân

Không hẹn ước nhưng lòng hằng ao ước
Một dịp sau em ở lại xem nào
Dịp sau đó tôi về thăm náo nức
Em hao gầy tóc rủ em còn đâu.

(Đà Nẵng, 1969)

Ở PLEIKU

Bây giờ ta ở Pleiku
Thấy xanh đó núi thấy mù này sương

Núi xanh còn ngỡ phố phường
Mù sương ngan ngát dễ thường dễ khuây

Bây giờ ta nấu nung đây
Kêu thương con cuốc đắng cay tấc lòng

Bụi hồng gió cuốn thinh không
Ta con chim nhỏ dám mong cõi trời.

(Pleiku, 1971)

Toán Phi Diễn phi cơ O2 ngày 19/06/1973
Tác giả: hàng đứng, thứ 4 từ trái

CHÀO SÁNG

Chào anh buổi sáng Tây nguyên
Tay ngang tầm mắt đầu nghiêng cúi chào

Quốc kỳ phủ xuống công lao
Có bi-đông nước dựa vào xác thân

Nghĩ anh đi cũng an phần
Sum suê có trẻ bâng khuâng đứng ngồi

Chị thì rủ tóc máy môi
Chào anh buổi sáng mắt tôi nhạt nhòa.

(Pleiku, 1971)

Núi Hàm Rồng, Pleiku

BƯỚM LẠ

Ấy con bướm lạ ưu phiền
Bay chi qua núi núi nghiêng ngửa đời

Ngút ngàn cánh vỗ chơi vơi
Dấu hương lửa trước theo mời gọi sau

Như con sông lỡ nhịp cầu
Như binh đao lỡ dấy vào gối chăn

Ấy con bướm lạ phần căn
Nỗi truân chuyên đó dễ quen má hồng.

(Pleiku, 1971)

1976 - 1988
Ngục Tù Cộng Sản

TẾT ĐẦU TIÊN
TẠI TRẠI TÙ YÊN BÁI

Tuổi tây băm sáu xuân này
Tuổi ta cộng một cho đầy tuổi tôi

Tuổi con rồng lỗi thời trăng gió
Nỗi niềm riêng biết ngỏ cùng ai
Rồng nằm đất ngửa nhìn mây
Không lông không cánh còn bay bổng gì

Vui Tết đến cười khì một tiếng
Mừng xuân sang ăn miếng Mác Lê
Ngủ vùi một giấc đê mê
Bừng con mắt dậy bốn bề núi cao

Tay mở rộng ôm vào cho chặt
Cả một trời quay quắt ngậm ngùi
Đốt lên ánh lửa cho vui
Lửa cơ hồ dễ luyện trui cõi lòng

Tiếng nứa nổ pháo hồng rộn rã
Lửa hồng reo khói tỏa hương bay
Tưởng chừng quanh quẩn đâu đây
Hồn cha theo gió sum vầy cùng con

Cả một đời sắt son lận đận
Tóc điểm sương mẹ vẫn trông chờ
Mẹ ơi con mẹ ngây thơ
Ba mươi bảy tuổi còn mơ mộng nhiều

Này là vợ yêu kiều tha thiết
Thịt xương kia đã quyết cho nhau
Em ơi nước chảy qua cầu
Biển dâu kia có trước sau đợi chờ

Thương xót quá con thơ của bố
Chửa vào đời đã khổ vì cha
Nguyện lòng con thắm như hoa
Trẻ thơ xin chớ xót xa vẫn hờn

Chào anh mắt như còn lệ ngấn
Dễ gì không giọt vắn giọt dài
Ước gì một hớp rượu cay
Từ lâu quên cả lăn quay đất trời

Xin được khóc đã đời nghiệp báo
Khóc ngon lành điên đảo thỏa thuê
Ngủ vùi một giấc đê mê
Trống trơn não sọ xuân về mặc xuân.

(Trại Yên Bái, 1976)

LÀ EM

Bao năm hương lửa các con thơ
Bỗng chốc chia ly lòng sững sờ
Tay cấu vào đời chân bám đất
Chạy vạy nuôi con chồng vẫn chờ

Là Thái Sơn cao sừng sững bóng
Sớm hôm ấp ủ tuổi thơ hồng
Là nguồn sữa mát vô cùng tận
Chảy mãi yêu thương với mặn nồng

Là mây của trời hoa của bướm
Mây lang thang hoa cũng nhạt nhòa
Từ lâu ta con tàu lạc hướng
Là vì sao em sáng rực đời ta

Là thuốc trường sinh bùa hộ mạng
Độ trì ta năm tháng đọa đày
Là nàng tiên phép màu vô hạn
Các con ta dưỡng dục mừng thay

Ta trên rừng chém tre đẵn gỗ
Mắt lúng sâu má nổi nền gò
Xương lồng ngực phơi nguyên đủ bộ
Trái tim ta còn đập đừng lo

Môi mím chặt cong người nín thở
Kéo lê theo nghiệp báo hãi hùng
Mồ hôi đổ chan hòa máu đỏ
Máu của ta phải trả lại tim hồng

Là kim cương tự hào trong lửa
Hy sinh cho hạnh phúc tuyệt vời
Trái tim ta reo cười ngạo nghễ
Bởi hình em kết tụ muôn đời.

(Trại Yên Bái, 1978)

MÙA XUÂN BỎ TRỐN

Đêm Ba Mươi Tết con hỏi mẹ:
Mẹ ơi tết bố con đâu?
Mẹ nhìn con ứa hai dòng lệ
- Trời ơi thương quá các con tôi

Đứa em trai ngây ngô hỏi chị:
Chị ơi tết bố ta đâu?
Bé mười hai tuổi mơ màng suy nghĩ
- Không chừng bố đang đi trên tàu

Giao thừa nàng đến bên giường mẹ
Chúc thọ mẹ chồng năm mới an lành
Không dằn được môi nàng máy khẽ
- Mẹ ơi bao giờ cây liền cành?

Mồng Một trẻ con mặc áo mới
Tuổi thơ là xuân sắc nhiệm màu
Chúng thay nhau chúc mừng tuổi nội
- Chúng mày đấy, bố chúng mày đâu?

Khi đó thầy cha vùi rừng Thanh Phong Yên Bái
Phổi của chồng phần phật gió Sơn La
Đôi chân con khập khiễng núi Nam Hà
Mây thì thầm với đất
- Mùa xuân bỏ trốn!

(Trại Hà Tây, 1979)

MỘT TRĂM PHẦN TRĂM

Thuận lợi là điều cơ bản[1]
Khó khăn kia chỉ tạm thời
Huống hồ mấy chục năm trời
Khó khăn kia
   vẫn còn là khó khăn chung
      của đất nước

Cho nên em phải tảo tần xuôi ngược
Cho nên em phải cố xoay sao cho được
Mỗi quý gởi cho anh mười lăm kí quà
Để phụ vào tiêu chuẩn
   mười ba cân mỗi tháng

Em phải ráng
Các con phải ráng
Ráng *tài tình sáng tạo*
Không có gạo
   đào củ chuối thay cơm
Không có vải may
   lấy lá rừng thay áo

---
[1] Những chữ *in nghiêng* là chữ dùng của Việt Cộng

Ráng *khắc phục* cho giỏi
Chịu đựng cho hay
Tin tưởng đêm ngày
Vào *đường lối chủ trương của đảng*
Tin kỳ cùng không nản
Nghị quyết sẽ chắp cánh bay cao
Tin tưởng mãi mãi đời sau
Cháu con ta sẽ ấm no hạnh phúc
Sống cuộc đời văn minh hạng nhất
(Tiếng chửi thề văng tục
   nghe riết cũng quen tai)

Tin tưởng tổ tiên ta
   giống vượn dài tay
Nhờ lao động
   nên đứng làm người
      như ... bác
Tin tưởng nền văn minh
   duy vật sử quan
Hoa văn Lê Nin
   trống đồng Các Mác
Tiếng trống rền vang
   thành gạo thành cơm
      thành máy kéo máy cày
         phân xanh phân bắc

Tin tưởng lời ca tiếng hát
Bấm nút là thản nhiên phát
Tiếng hát át cơn đói cơn đau
Tiếng hát chói chang
   kinh điển nhiệm màu
      vượt chỉ tiêu tăng năng xuất

Ngày hát
Đêm hát
Hát rặt một chiều
Hát rỗng cả nỗi niều
Hát lạnh tro than
Chùa chiền hoang phế

Em hãy tin
Và luôn ghi nhớ
Nhớ nằm lòng
   đừng bận tâm anh nhắc nhở
Mỗi tháng gởi cho anh mười lăm kí quà
Gọi là để thi hành đúng
   chủ trương khoan hồng nhân đạo
Một chủ trương
   vô cùng *tài tình sáng tạo:*
     Đi Tù Tự Túc Một Trăm Phần Trăm

vô ý

Một trăm phần trăm em ơi
Tủ tự túc một trăm phần trăm
Cái ưu việt của ta
   là thế đấy
Cái dân chủ gấp triệu lần
   cũng là thế đấy
Em ráng tin
   và nhớ góp phần mình

Thôi tiếc gì
   ba thứ lủng củng linh tinh
Bộ lư thờ
   hay chiếc nhẫn vàng ngày cưới
Bán quách cho xong
   thứ cướp cạn cướp ngày
Để có tiền sắm sửa ngay

Không cần thiết gởi cho anh
   tiêu ớt thật cay
Cuộc đời tù thiếu gì
   gia vị ảo
Hãy gởi cho anh
   đủ đường đủ mỡ
Nước đại dương
   không làm các khớp
     dễ dàng trơn

Cơ bắp quắt queo
  vì bột mốc lâu năm
Hãy gởi cho anh "bê một" (B1)
  loại trừ phù thũng
Mặt mày xây xẩm
  nên cũng cần ít "bê đu" (B12)
Cuộc đời tù cũng giống cuộc đời tu
Thịt cá chất tươi
  đều nằm trong tiêu chuẩn

Hãy gởi cho anh ít khô *"có trứng"*[2]
Anh cần trứng thay dầu
  đun thêm ít nước uống
    cho đỡ cơn khát khao tự do
      thanh thản tâm thần

Anh cũng cần trứng
  "phóng phi thuyền
    nhiên liệu chạy bằng than"[3]
Để gởi cho em
  chút nắng hanh vàng
Rồi ngày mai
  sẽ là mùa nắng ấm

---
[2] Tiền mặt
[3] Dùng tiền mua chuộc công an để gửi thư "chui"

Anh cũng cần trứng
   khi vui làm bánh
Bánh hạnh nhân
   cho đỡ cơn uất hờn
Bánh su sê
   cho nồng nàn chăn gối
Nhỡ mai đây
   gió mùa đông bắc thổi
Tím thịt bầm xương...

Gởi cho anh
Thôi em chỉ gởi
Một lòng sắt son
Một lòng hiếu đạo
Sắt son của vợ
Hiếu đạo của con
Đủ Một Trăm Phần
Anh sẽ thách thức với bạo tàn cay nghiệt
Đủ Một Trăm Phần
Anh sẽ sống hiên ngang lẫm liệt
trong tù

Và em
Không cần thiết gởi cho anh
Lòng Hận Thù.

(Trại Hà Tây, 1980)

TẠ ƠN TÙ ĐÀY

Tạ ơn năm tháng tù đày
Dạy ta mầu nhiệm đổi thay cơ trời
Thực hư muôn mặt cuộc đời
Tạ ơn nghiệt ngã thử chơi sức người

Đắng cay tủi nhục khóc cười
Vẫn xanh chính khí vẫn tươi tấc lòng
Gối chăn cách núi xa sông
Tạ ơn hiền phụ một lòng thủy chung

Điêu ngoa quỷ quyệt hãi hùng
Tạ ơn nhân ái hiếu trung thật thà
Đọa đày ta thấy được ta
Lơ mơ chính kiến ba hoa lập trường

Thấy ta nông nỗi thảm thương
Tranh ăn tranh chức tranh vương tranh hàng
Liên minh xương máu oán than
Dạy ta nhược tiểu da vàng khéo khôn

Tạ ơn đói rét dập dồn
Đói mẻ nhân cách rét mòn bản năng
Tạ ơn đồng đội thân bằng
Dạy ta hít thở cho căng phổi tù

Tĩnh tâm nén khí căm thù
Đợi ngày thi triển công phu đáp đền.

(Trại Hà Tây, 1981)

SÁNG TIM TA NGỌC NÀY

Ta yêu ta quá đỗi
Ta quý ta vô cùng
Ôi cái ta nồng nổi
Ôi cái ta bung xung

Ta bay vào sa mạc
Mênh mông cát là cát
Ảo ảnh nứt khô môi
Uống chi cho đỡ khát

Đáy lòng ta thủng đáy
Ta bơi trong biển tình
Sóng nghĩa nhân xô đẩy
Biển mặn không kết tinh

Ôm trong lòng bảo ngọc
Óng ánh sắc thủy chung
Còn ngậm ngải tìm trầm
Trái tim ta cũng chột

Khi thân tàn sức kiệt
Ta gối đất nhìn mây
Mây một trời đen kịt
Sáng tim ta Ngọc này.

(Trại Hà Tây, 1981)

EM PHẢI SỐNG

Đời cho dù đắng cay phũ phàng cách mấy
Có gì đâu thở vắn than dài
Anh sẽ về và em phải sống
Ta không còn gì nhưng ta có cả tương lai

Môi nở mọng đóa ban sơ hàm tiếu
Bước chân nai ngơ ngác chửa quen đời
Trên vầng trán ngây thơ khung trời hữu hạn
Các con ta đâu chỉ biết có vui chơi

Bởi vì ai cửa nhà tan nát
Bởi vì ai ruột thịt chia lìa
Trách nhiệm này nhân danh ai hỏi thiệt
Hãy khóc đi em sau lau nước mắt kẻo nhòa

Trầm tĩnh nhé ngẩng cao đầu cương quyết
Chuốt trau thêm cho bóng nước can trường
Ngọc vô giá nước thủy chung anh đã biết
Sáng tim anh hiển hiện Ngọc phi thường

Nếu dòng đời cứ dâng bạo tàn cay đắng
Hãy hóa thân thành đá vươn cao lẫm liệt đợi chờ
Anh sẽ về sẽ lấy máu mình viết thiên bi tráng
Hãy sống nghe em vì hạnh phúc các con thơ

Em phải sống sá gì cuộc sống ảo hư bốc lửa
Trái tim em, tim Quảng Đức lạ lung thay
Anh sẽ về, đã về trong vô cùng ý thẳm
Dẫu tóc pha sương còn được phút sum vầy.

(Trại Hà Tây, 1982)

Vợ và ba con tại Kinh Tế Mới Bình Long, Sông Bé, 1976-1987

QUẢ

Vườn nhà ai xanh cây sai quả
    Em chọn ngọt ngào quả mọng đào thương
Tuổi hai mươi cõi đời rộng mở
Vị ban sơ ngây ngất lạ thường

Cánh bướm em nồng nàn hương phấn
Núi ngả cây nghiêng sờ sững chim trời
Bay đi đâu bão đời tán loạn
Dám cùng ta chắp cánh nơi nơi

Hàm răng em trắng đều nhí nhảnh
Nhí nhảnh không ngờ chiếc khểnh hàm trên
Là ân huệ khi nhai khi cắn
Ân huệ một lần cay đắng triền miên.

Huyền đường ai quạnh quẽ uy nghiêm
Cây vút cao tỏa bóng hư huyền
Nhỏ nhoi tôi không là lừa ưa nặng
Tôi ngại trèo cao xây xẩm nỗi niềm

Ô hay tôi như người té nặng
Chấn thương sau búa bổ rìu phang
Quả đắng này làm sao nuốt đặng
Phúc âm trao – Thánh ý xin vâng

Tôi lạc đảo ma có cây có quả
Cây tóc sương quả cũng da mồi
Có cả đào xưa em cắn dở
Quán tưởng lung tung tôi đốn ngộ luân hồi

Như con sông xuyên rừng đày đọa
Phấn bướm hư vô quả nhịn soi hình
Tôi lắng xuống cho trong dòng nghiệt ngã
Chấn thương sau ân huệ trước lung linh.

(Trại Xuân Lộc, 1983)

BƯỚC CHÂN VIỆT NAM LƯU VONG[1]

"Miếng thịt xứ người đắng miệng
  nuốt sao trôi
*Vỉa hè xứ người trơn quá
  làm sao bước vội*"[2]
Hẳn có lúc anh nghĩ về ao nhà
  dù đục dù trong

Từ đấy đất nước mình chịu tang
Từ đấy phố thị làng quê xơ xác điêu tàn
Từ đấy đồng bào ruột thịt mình
  đọa đày như trâu như chó
Từ đấy cục đất lá rừng
  cũng biết thở than

---
[1] Tin đồn vào trại tù: quân phục quốc về hoạt động vùng Di Linh, Đà Lạt
[2] Mượn ý của Dante, thi sĩ Ý cổ đại

Anh đã ra đi trước ngày mất nước
Sau đó nhà tan
   anh vượt biển bằng thuyền
Dù trước dù sau
   anh từ chối bạo quyền
Từ chối bạo quyền
   bằng cách từ bỏ quê hương
Quê hương thống khổ như kẻ ăn mày
Bạo quyền biết bao giờ sụp đổ?

Từ Việt Nam trại giam bi thảm
Tôi cất cao tiếng hát
   với tất cả niềm tin
      với tất cả tấm lòng
Tấm lòng của hàng triệu đồng bào ruột thịt mình
   đang chờ đang nghĩ đang mong

Hỡi những người Việt Nam lưu vong
Tội lắm người ơi cây thương cội nhớ

Nhớ thương anh từng góc phố con đường
Hương bưởi hương ngâu câu hò điệu hát
Nhớ thương anh từng nghĩa trang cày nát
   từng nấm mộ rừng sâu
Anh còn đợi chờ còn suy nghĩ gì đâu?

Trời xứ người có tuyết
   nhưng trời nào chẳng có mây trôi
Ngọn mây Tần đó
   có biến ảo lòng anh đau xót
Phố xứ người cao ngất
   tìm đâu bóng mát thân dừa
Xe cộ xứ người hối hả thoi đưa
Mà bước chân Việt Nam thôi thúc
   "tiếng nhạc ngựa lẫn chen tiếng trống"[3]
Tiếng trống Lam Sơn
Tiếng nhạc ngựa Tây Sơn

---
[3] Chinh Phụ Ngâm

"Nhớ cố hương xao xuyến tấc lòng
  mau dồn chân
Cố bước đi trên phiến đá mòn
  còn in dấu"[4]

Tôi không là nhà tiên tri danh tiếng
Cũng không là tay hùng biện đại tài
Tấm lòng tôi chơn chất ngô khoai
Như con trâu
   trên đồng cạn
      dưới đồng sâu sớm tối
Tôi nghĩ rằng
   máu xương của đồng đội
Đã đổ ra
   đâu cam chịu chính sự này:
Vô sản toàn dân
   và diệt trừ giai cấp?

---
[4] Hòn Vọng Phu 3 – Sáng tác: Lê Thương

Trong khi đó
   vẫn có kẻ ăn trên ngồi trốc
Cháu con mình
   đi nghĩa vụ
      bỏ xác lân bang
Chúa ngẩn ngơ
Phật cũng bàng hoàng
Nhà thờ nhà chùa
   biến thành kho lương
      hợp tác
Cả nước trại giam
Cả nhà ngục thất
Ngục thất trơ xương
Trại giam trâu ngựa

Các anh đi mang theo ngọn lửa
Ngọn lửa quê hương âm ỉ trong lòng
Hàng triệu dân mình
   đang chờ
      đang nghĩ
         đang mong
Ngọn lửa Diên Hồng
   bừng lên ngày quang phục

Những bước chân Việt Nam lưu vong
   hun đúc
Phút giây rộn ràng
   trên Đất Mẹ Quê Cha
Ôi lòng tôi
   như bừng nở muôn hoa
Ôi Việt Nam Việt Nam
Yêu Dấu Của Ta!

(Trại Xuân Lộc, 1984)

1989 - 1992
Nín Thở tại Sài Gòn

ÔNG, NÀNG VÀ TÔI[1]

Ông ở Sơn Tây tôi Thừa Thiên
Ông hơn tôi gần hai thập niên
Tháng Hai Tám Tám tôi ra trại
Tháng Mười cùng năm Ông quy tiên

Nhờ Nàng tôi đọc biết đời Ông
Một đời nghèo vẫn tỉnh như không
Qua Ông tôi cảm Nàng cao quý
Nàng hiệp cùng Ông một tấm lòng

Nàng phảng phất giai nhân Vườn Ổi
Tuổi hai mươi yêu người lính hào hoa
Như Ông tôi biệt Nàng Phố Hội
Ba mươi năm tình ấy chưa nhòa

---
[1] *Ông:* Nhà thơ Quang Dũng; *Nàng:* Giai nhân Vườn Ổi và Phố Hội

Ông tôi âm dương cách biệt
Bình sinh không cùng chung màu cờ
Thơ đâu cần trích ngang lý lịch
Tôi kính dâng Ông nén hương thơ.

(Sài Gòn, 1989)

Nhà thơ Quang Dũng (1921 - 1988)

KEM TA BÁN NHƯ ĐẤT TRỜI ĐÀ LẠT

Ta bán cửa hàng kem
Kem đủ hương đủ màu đủ vị
Vị nào cũng ngọt
Hương nào cũng thơm
Màu nào cũng thắm

Như cổ vai em mịn trắng kem dừa
Như kem dâu thẹn hồng hai má
Kem sầu riêng màu xanh lá mạ
Mái tóc ta tiêu muối vẫn còn sầu

Ta bán cửa hàng kem
Kem nào cũng thơm ngon bổ
Ăn vào mát lạnh
Từ cổ đến ruột non
Mát từ bên trong vị tì
Đến bên ngoài làn da tươi mát
Như đất trời Đà Lạt
Mộng ảo huy hoàng

Kem ta bán như đất trời Đà Lạt
Núi cũ sông xưa ta ôm trọn vào lòng
Mà sao cõi lòng ta triền miên cơn sốt

võ ý

Cơn sốt tình
Âm ỉ mấy chục năm em biết không?

Ta bán cửa hàng kem
Lòng âm ỉ sốt
Kem không là liều thuốc tốt
Liều thuốc tốt
Phải chăng em?

(Bình Thạnh, 1990)

Quán Kem & Cà-phê do Khóa 17 điều hành (1990 - 1992)
Từ trái: Bà Ngoạn, bà Ý; các K17: Mão, Nhạc, Ý, Long

SỢI TÓC

Bốn năm sau hội nhập với đời
Tôi đã gặp bao người đây đó
Mỗi sợi tóc rơi vì ý Chúa
Tôi gặp em đâu chuyện tình cờ

Chữ nghĩa tôi chẳng là bao
Cùng tắc biến cũng đem bày bán
Sợi tóc rơi ví bằng cơm áo
Em gọi thầy tôi bỗng thấy xôn xao

Từ lâu không mềm môi túy lúy
Ước ao kia có lúc mỉm cười
Sự sống đời xưa nay vốn quý
Ngày sinh em, tôi quá chén cũng do Người

Tôi vẫn nghĩ về em rất Thánh
Rất đời thường như lạ như quen
Tôi đang xiếc trên dây đời hiu quạnh
Có hề chi được mất thế cân bằng

Xin đa tạ giây phút hiếm hoi này
Đa tạ em đã ghi điều tôi nói
Có một điều em không cần hỏi
Sao tóc tôi xanh lại mỗi ngày.

(Sài Gòn, 1991)

1992 - 202X
Đất Trời Tự Do

ĐÊM VU LAN
CHỜ XE BUÝT

Bước lui bước tới bước chờ
Bước lưu lạc đó bây giờ là đây

Đèn đường nước Mỹ đến hay
Trăng Vu Lan ngõ bóng ngày phôi pha

Lòng con tấc cỏ phương xa
Chén cơm hiếu tử sao qua Thái Bình

võ ý

Ngực con thắm thiết hồng xinh
Mà dòng lệ Mục Kiền Liên dâng trào

Bước lui bước tới nôn nao
Bước luân hồi đó trước sau cũng về

Mẹ ơi con lạc bến mê
Mà bờ giác chỉ cận kề Mẹ thôi.

(Saint Louis, 1992)

MỪNG ÔNG DẬT DỜ[1]

Ông Dật là ông Dật Dờ
Tưởng ông quỷ sứ ai ngờ cốt tiên

Xa quê hương bạn hiền ông nhớ
Nhớ như ông cũng đỡ bạn hiền

Có tình mà cũng có tiền
Em nâng chị ngã đỡ điên cái đầu

---
[1] Trung Tá KQ Trần Dật, Trưởng "Nhóm Không Gian Thân Tình" ở Mỹ, quyên tiền giúp KQ mới ra tù tại quê nhà

Như thân chim trước sau liên cánh
Cõi không kia tổ ấm bay về

Dật Dờ nay đã hết chê
Mừng ông tôi cũng hả hê tấc lòng.

(Saint Louis, 1993)

RAU MUỐNG

Rau muống luộc xanh chấm nước tương
Món ăn đạm bạc của quê hương
Từ lâu ta thèm mà không biết
Mới hay ý vị của yêu thương

BÀN TAY

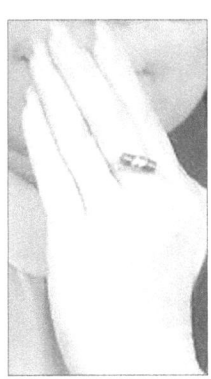

Hai tách một ấm trà
Đối ẩm chỉ hai ta
Một tách nay đã vỡ
Bởi bàn tay nuột nà.

CON ĐƯỜNG

Đường nào cũng đi về dẫn đến
Đường nào cũng có đèn có tên
Có con đường ta hằng yêu mến
Có con đường ta không thể quên.

(Saint Louis, 1993)

TIẾNG EM

Mỗi tuần mấy bận gọi qua
Tiếng thương như tiếng mẹ cha vỗ về

Tiếng răng rứa rộn tình quê
Thắm hai hàng phượng đỏ về trường Phan

Tiếng em mát dịu sông Hàn
Thênh thang Non Nước rộn ràng Mỹ Khê

Tiếng em vô lượng gọi về
Trăm năm dường có hẹn thề gì đây.

(Saint Louis, 97)

VẬN HÀNH MÁY

Máy Khoan

Hãy khoan cho ngọt lỗ thương
Sít sao tơ tóc tỏ tường chiếu chăn

Thép kia há dễ vĩnh hằng
Đồng thau thâm thủng cầm bằng trơ trơ

Thịt da em có đâu ngờ
Anh ơi lỗ nhớ bây giờ còn tươi.

Máy Cắt

Tay nâng chân đạp dao rơi
Như thoi lên xuống đã đời đồng thau

Dao nào cắt chẳng đớn đau
Cho dù mỡ nhớt bơm vào cũng không

Cắt đi núm ruột cha ông
Con ơi hãy tự hỏi lòng vì ai?

Máy Uốn

Uốn cong uốn vẹo vuông thành
Nhân tâm tùy mạng mỡ đành uốn theo

Văn minh bấm nút cái vèo
Thấy người lại nghĩ mình nghèo vì đâu

Con như tre đã bạc đầu
Cứng quê cứng giọng biết sao uốn lời.

(Saint Louis, 1993)

MỪNG EM

Mừng em tắm đạo liên hoa
Nở thành điệu múa chan hòa chúng sinh
Cõi lòng thắp sáng lung linh
Lung linh ánh nến bóng hình tuổi thơ

Mừng em bất kể ngày giờ
Đạo đời thẳng nếp không ngờ đường may
Trăm dâu đổ một tằm này
Bỗng dưng kén nhả tơ bay sáng trời

Mừng em nói chỉ một lời
Mà tim mà óc quyết dời núi cao
Bay trên nhen nhỏ quơ quào
Mới hay chữ nhẫn nhiệm màu là đây

Mừng em chung kiếp lưu đày
Vẫn trong dòng máu đỏ hây tình người
Tình quê tình nước vẫn tươi
Vẫn nung nấu một tiếng cười Việt Nam

Mừng em cũng chính mừng anh
Mấy ai tri kỷ đồng thanh tương cầu
Mừng nhau chẳng có chi nhau
Này em anh chỉ ngọt ngào mừng em.

(Saint Louis, 1993)

CÓ CÁI GÌ KHÁC LẠ

Có biết tại sao biết
Có biết tại sao quen
Biết quen dù hư thiệt
Thiệt hư há vĩnh hằng

Biết nhau vô lượng kiếp
Quen nhau sợi tóc rơi
Muốn nói cũng không lời
Tự nhiên như là nghiệp

Hãy lắng nghe trong gió
Có tiếng hát Thánh Linh
Hãy nhớ lại cái nhìn
Sẽ thấy mình trong đó

Thử về tìm trong gương
Thử soi trong bộ nhớ
Gương hiện hình mai nở
Bộ nhớ thoảng mùi hương

Có cái gì khác lạ
Mà lóng cóng đôi tay
Có cái gì hay hay
Mà run run giọng nói

Bầu trời rộng chim bay
Đồng cỏ xanh bò gặm
Có chút gì rung động
Hay chăng trái tim này?

(Saint Louis, 1993)

HÔM NAY
THẤY ÁNH ĐẠO VÀNG

Năm châu thế giới hoan ca
Côn trùng muôn thú cũng là chúng sinh
Từ lê dân đến cung đình
Cỏ hoa cũng hát Đản Sinh Phật từ

Trăng tròn một buổi tháng Tư
Vua cha Tịnh Phạn rất ư mãn nguyền
Ngôi vua đã có người truyền
Ma Da hoàng hậu qui tiên cõi Trời

Cao sang quyền quý nhất đời
Thông minh xuất chúng thương người vô biên
Đạt Đa thái tử ưu phiền
Thân ta đâu chỉ cho riêng một nhà

Lắng lo phiền lụy vua cha
Thấy con suy tưởng hẳn là tiên tri
Bèn truyền hôn lễ tức thì
Vợ con danh vọng có khi buộc ràng

Lòng riêng Thái Tử ngổn ngang
Kiếp người sao quá phũ phàng khổ đau
Lão Sinh Bệnh Tử theo nhau
Luân hồi kiếp kiếp biết sao giải trừ

Một đêm lặng lẽ giã từ
Xuất gia tìm đạo bỏ hư danh đời
Rừng sâu núi thẳm nơi nơi
Với Bi Trí Dũng tức thời vượt qua

Nam Mô Bổn Sư Thích Ca
Ngài là Ánh Sáng là Cha muôn loài
Là đường giải thoát luân hồi
Là bờ bến giác thảnh thơi vô phiền

Chúng con tham luyến đảo điên
Chữ sân chữ hận lộng quyền mê man
Hôm nay thấy Ánh Đạo Vàng
Con nguyện lánh dữ nhân lành xin gieo.

(Saint Louis, Mừng Phật Đản 1993)

HỘI HOA ĐÀO

Thủ đô ơi thủ đô ơi
Đàn chim xa xứ nơi nơi bay về

Hội hoa đào mộng đào mê
Gặp anh biết chị ruột quê chín chiều

Không Gian dấu Tổ Quốc yêu
Nấu nung cánh Lạc nâng niu cánh Hồng

Thủ đô ơi ơi Sài Gòn
Đàn chim Việt vẫn mỏi mòn trời xưa.

(Hoa Thịnh Đốn, 1994)

VỊNH KQ CẢNH MUA NHÀ[1]

Suốt ngày kéo xế chẳng kêu ca
Đến tối cày thêm mảnh ruộng bà
Nhớ cõi trời xưa nhai lại mãi
Ngủ chuồng đã chán ráng mua nhà.

(Virginia, 1997)

___
[1] Cố Trung Tá KQ Lưu Huy Cảnh, *nick* "Cảnh Bờ Đờ"

SAY EM ĐÓ
NHƯNG KHÔNG CẦN EM ĐÓ!

Em ra về bỏ lại mấy vần thơ
Xin hỏi thiệt, vô tình hay cố ý?
Ta đọc qua và ít nhiều suy nghĩ
Thơ của người hay cũng chính thơ em

Tâm sự người sao ta bỗng thấy thèm
Được đắm đuối trong hương hoa da thịt
Được ủi an bởi lòng từ thân thiết
Và tin yêu tài trí đó lạ thường

Những ngày đầu xa Tổ Quốc Quê Hương
Trong gặp gỡ đã cơ duyên gì đó
Em có, ta cũng bà con hàng họ
Dễ gì không trang trải một nỗi lòng?

Em đưa ta thưởng ngoạn khắp vườn hồng
Hương sắc đó đã bao đời tôn quý
Có lẽ từ lâu quen đời dung dị
Nên xuyến xao bối rối hạt mưa bay
Hoa súng lặng lờ, thi tuyển trên tay
Em như men ngọt nụ hôn liều lĩnh

Em bận lòng hay giả vờ phớt tỉnh
Em còn xa hay lộng lẫy lưng đồi
Lá cợt đùa cỏ biếc ngắm mây trôi
Trong buông thả vẫn an nhiên kiêu hãnh

Chưa hân hoan đã bao lần lận đận
Vốn dại khờ nhưng thích thú đau thương
Mặc cho lòng thêm một chút vấn vương
Chút vấn vương thêm cho đời trẻ mãi

Có một chàng cười vui ngất ngưởng
Mắt say tình khinh bạc không gian
Có một chàng say núi say ngàn
Say em đó, nhưng không cần em đó!

(Saint Louis, 1977)

Arch: biểu tượng của
Saint Louis, Missouri

TRUY NIỆM CÁNH CHIM ĐẶNG DUY LẠC[1]

Lưu lạc xứ người hăm mốt năm
Khi đi khi đứng lúc ngồi nằm
Sơn Hà Hoàn Ngã[2] câu nhật tụng
Sơn hà chưa thỏa đã mù tăm

Có phải đây là phi vụ cuối
Anh vút bay vào cõi hư vô
Đôi cánh thiên thu bom đạn nhẹ
Anh mang theo gấm vóc cơ đồ

Ở cõi *Ngàn Sao* ngời *Lý Tưởng*[3]
Gặp biết bao huynh đệ thân thương
Thiên Lôi, Thần Điểu và *Thần Tượng*[4]
Hợp đoàn xưa hùng khí soi đường

---

[1] KQ Đặng Duy Lạc, cố Đại tá Không Đoàn Trưởng KĐ62CT
[2] Trả Ta Sông Núi
[3] Duy Lạc là biên tập viên các đặc san Không Quân
[4] Tên các Phi Đoàn 524, 114, 215

Biết bao lần lướt gió tung mây
Một lần thôi bút mực vẹn đầy
"Dòng Đời"[5] đã bờ xưa vọng lại
Ai thắng ai trong cuộc chiến này

Kiếp tha hương âm thầm nung nấu
Ai ra đi không hẹn ngày về
Đất tổ quê cha ngàn quan tái
Không gian thăm thẳm cũng là quê

Dù cõi dương hay về cõi âm
Cõi nào cũng tử sĩ chinh nhân
Nguyện hồn anh hồn thiêng sông núi
Sống đã Vi Quân, thác Vi Thần.

(Saint Louis, 1997)

---

[5] Hồi ký "Dòng Đời" của Duy Lạc đăng trên Ngàn Sao lọt về VN, "người yêu cũ" (nữ Đại úy VC) đọc và viết "Hồi Âm Dòng Đời"

NHỊP HỒI SINH

Nhắm mắt lại và em thử tưởng
Tay trong tay dạo bước rừng mơ
Ngọn thu phong chập chờn lá lượn
Chiếc trên cây cánh bướm đợi chờ

Ta dừng lại và em thử lắng
Nghe trong em nhịp thở lạ thường
Nhịp tin yêu ruột rà chia sẻ
Nhịp hồi sinh tơ tóc dẫu pha sương

Con suối hẹn trong veo lời nhạc
Hòn sỏi ngoan quấn quýt chân nàng
Pho tượng cổ se mình sởn ốc
Nụ hôn em trời đất cũng mê man

Hãy cùng tôi vượt lên đỉnh nhớ
Thả tung bay sợi ngắn sợi dài
Mây tóc đó ngậm ngùi duyên nợ
Vọng về Nam hòa nhập Đồng Nai

Nhắm mắt lại thiên đường diễm lệ
Lời ru em vọng tiếng thiên thần
Như chiên ngoan dọn mình khấn lễ
Tôi vì em Thánh ý xin vâng

Hơn nửa đời nổi trôi ước vọng
Bỗng xốn xao ánh mắt thu xa
Bỗng tan theo dòng Brahms rơi đọng
Phải chăng em hương cốm quê nhà.

(San Jose, 1998)

LỬA HOA NIÊN
THẮM THIẾT KHÔNG NGỜ

Mẹ mua chiếc nón che mưa nắng
Che tóc mai sợi ước sợi thề
Nhiều khi nhìn không sao nhìn thẳng
Vành nón nghiêng che cũng đỡ quê

Mẹ mua đôi guốc tránh chông gai
Khi đã thương thương cả dấu hài
Đôi guốc thành đôi hia toán chạy
Chép đề xong em vội nộp bài

Bởi má em ánh đào phơn phớt
Môi là mơ mơ thắm ngọt ngào
Tan trường về ung dung vòng đạp
Để bay bay vạt áo xôn xao

Em cười hồn nhiên vui chim hót
Em hiền ngoan cánh phượng trang thơ
Sao mỗi lần bên em cùng học
Lòng tôi cứ như dại như khờ

Vẫn còn nguyên lưu bút ngày xanh
Vẫn còn nguyên màu mực chân thành
Giữa sầu đâu đó hai dòng chữ
Thoảng hiện tình tôi sương mong manh

Bởi lòng tôi âm thầm lòng đất
Khối tình xưa hóa khối lượng dâu
Bốn mươi năm sau em khai quật
Ngọn lửa phun ra rực rỡ màu

Tạ ơn đời tạ ơn sự sống
Tạ ơn em đốt sáng tuổi thơ
Em sau trước vẫn là ước vọng
Lửa hoa niên thắm thiết không ngờ.

(Quebec, 1999)

XANH ĐÊM DIỆU KỲ

Ôi đêm diệu kỳ tỏa xanh
Hình như xanh cả ba canh ngọc ngà

Xanh từng nhịp bước chân ta
Dập dìu kiếp trước xanh qua hiện tiền

Xanh xuân mới chớm ngoài hiên
Sao nghe rạo rực xanh miền phố xưa

Xanh trăng óng mượt sóng dừa
Tóc mai sợi vắn như vừa xanh thêm

Và tim tôi cũng xanh mền
Rộn ràng kinh mạch xanh đêm diệu kỳ.

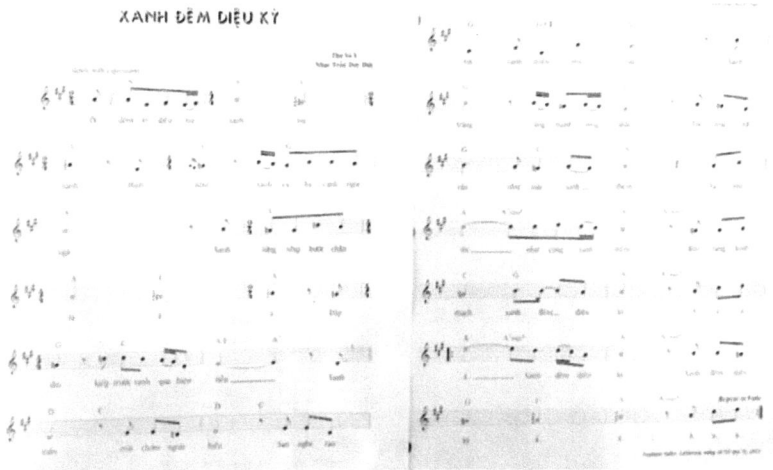

Nhạc Sĩ: Trần Duy Đức
Ca Sĩ: Hà Chương
Youtube:https://www.youtube.com/watch?v=FoYbnm3kmwM

LỆ BẤM SÁNG THU

Biển Hồ, Pleiku trước 1975

Sáng thu diện váy Biển Hồ
Tung tăng bờ cũ sóng xô nhạt nhòa

Lệ bấm khơi lệ tim ta
Thấy trong sâu thẳm xót xa lẽ đời

Đảo điên chành chọe đương thời
Trò nghèo khó được cô mời đứng chung

Cám ơn giọt lệ hương nồng
Mang mang sương ấm Hàm Rồng sáng thu.

(Corona, Thu 2000)

LÝ LỊCH DỌC NGANG CỦA THẢO

Gởi Quý Thảo và các con thân yêu

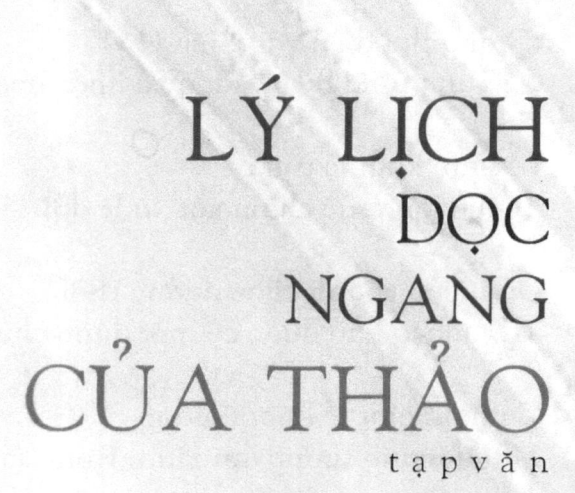

Nhà xuất bản Cội Nguồn 2003 (Xem Phụ Lục)

Sinh năm 1973 tức năm Quý Sửu
Nơi sinh Nha Trang thành phố biển
Con ông cựu Không Quân Quân Lực Cộng Hòa
Và bà công dân Việt Nam Tự Do

Năm 1975 Miền Nam thất thủ
   cha đi tù
   gia đình bị đày đi kinh tế mới
Bình Long Sông Bé

Năm 1980 liều mạng về Sài Gòn
   tìm đường sống
Thảo và anh chị theo học các trường
   trung tiểu học Phú Nhuận ngỡ ngàng
Mẹ đi rừng đốn củi nung than
   tần tảo nuôi ba con bữa rau bữa cháo

Năm 1988 cha ra tù
Năm 1992 theo gia đình đi H.O. qua Mỹ
Định cư tại Saint Louis, Missouri
Học Đại Học Cộng Đồng Forest Park
   và Washington University
Tháng 5/2000 tốt nghiệp B.S. ngành Hóa
Và hôm nay ngày D tháng M năm Y
   đánh dấu ngày trọng đại của Thảo

Trong hăm bảy năm góp mặt với đời
Thảo hồn nhiên hai năm Nha Trang
   chói chang trời biển
   thêm chín tháng bụng Mẹ nưng niu
   năm năm đày đọa sỏi đá Bình Long
   mười năm chịu đựng giai cấp đấu tranh
   dưới mái trường xã hội
   hai năm trông chờ ngày đi tị nạn
   tám năm miệt mài đèn sách đại học Hoa Kỳ

Và ngày nay Thảo đã hiểu
   tại sao gia đình mình bỏ nước ra đi
   tại sao hàng ngàn đồng bào
   vùi thân biển cả?
Trong năm năm thoi thóp Sông Bé Bình Long
Thảo vừa lên hai lên bảy
   mà đã nếm mùi tân khổ
   mùi lý lịch giai cấp phân chia

Và ngày nay hẳn Thảo đã hiểu
   tại sao cha con chồng vợ chia lìa
   tại sao gia đình mình và biết bao gia đình khác
   buộc tình nguyện đi kinh tế mới
   khẩn hoang

Tại sao tuổi hoa niên mộng ước thênh thang
   chữ Lễ Nghĩa Hiếu Trung không màng
   mà ngày đêm nhồi nhét hận thù
   cháu ngoan của Bác
   một viên đạn bắn ra một thằng Mỹ Thác
   mười viên mười thằng Ngụy lật nhào

Và ngày bay hẳn Thảo đã hiểu
   tại sao mình và biết bao bạn bè
   có mặt ở Mỹ

Con là máu Cha huyết Mẹ
Trên Cha Mẹ có Ông Bà
Dòng nước còn có nguồn có ngọn
Là người ai chẳng có Đất Tổ Quê Cha

Trong mười Can hạng nhất Quý Nhâm
Trong mười hai Chi trâu là bạn tốt
Quý Thảo cầm tinh Quý Sửu chịu khó cần cù
Đội nắng đội mưa[1] tự mình quyết tâm đèn sách
Dù chỉ hai năm hít thở khí trời trong sạch
   rợp bóng thùy dương cát trắng Nha Trang
   mà tâm tình Thảo nồng nàn như gió biển

---

[1] Chữ của Thảo trong "Cuộc Tìm Kiếm 12 Năm"

Vì Cha là cánh chim Tự Do
Mẹ là tù phụ hóa đá chờ chồng
Mẹ Cha dòng giống Tiên Rồng
    nên trong máu Thảo có *gene* di truyền Tông Tổ
    nên dù bao năm quắt queo vùng đá sỏi
    khi ra đi còn ủ trong hồn
    từng luống khoai uột èo
    từng mộng ước héo hon

Và hôm nay ghi dấu ngày trọng đại
    ngày Quý Thảo chắp cánh tung bay
    vào khung trời mộng mơ tơ tóc
    đem sở học kiến văn nợ ơn đời đền đáp
    và tạo riêng cho mình tổ ấm chung đôi
    thì tránh sao khỏi xúc động bồi hồi
    thuở quê nhà ngày đêm nơm nớp
    gốc Ngụy quân Ngụy quyền số đen trù dập

Chung vui hôm nay
    đầy đủ quyến thuộc thân bằng
Mỗi thành viên là một đóa hoa sặc sỡ
    ngào ngạt nghĩa yêu thương
    đậm đà tình máu mủ
Xin trân trọng đóa hoa Nhân Quyền Dân Chủ
    hoa của Tin Yêu Thăng Tiến và Hạnh Phúc Ấm No

Được như hôm nay
   là nhờ hai chữ Tự Do
Được như hôm nay
   là nhờ thoát khỏi chế độ độc tài độc đảng
Được như hôm nay
   là nhờ ý chí vươn lên của Thảo

Ôi hạnh phúc là điều đơn giản
Góp một bàn tay
   cho quê hương thoát cảnh đọa đày
Góp một nhịp tim
   cho Việt Nam ngẩng mặt với đời
Ôi hạnh phúc sẽ rạng rỡ tuyệt vời
   khi hạnh phúc lứa đôi
   chan hòa trong quyến thuộc:
Ta sống cho Ta, Ta sống cả cho Người

Vì sứ mệnh truyền sinh Tông Tổ Cội Nguồn
Dễ gì Thảo vun quén hạnh phúc riêng mình
   bằng chồi nụ ngoại lai vong bản
Xin trân trọng
   Lý Lịch Dọc Ngang Của Thảo.

(Saint Louis, đầu Thu 2000)

QUY THAO'S BIOGRAPHY

Born in 1973, the year of the Buffalo
In a beach resort of Nha-Trang
Daughter of a South Vietnamese Air Force Pilot
And a Free Vietnamese Lady.

1975, at the fall of Saigon
Your father was incarcerated in a concentration camp
And the whole family was chased to a so-called new economic zone
A disguised name for a jungle spot in Binh-Long Song-Be.

1980, for our survival
We riskily strived to get back to Saigon
While you kids went to school in Phu-Nhuan
Your mother labored to feed you at her best.

1988 your father was released.
1990 you yourself graduated from high school
And in 1992, we all emigrated to Saint Louis, Missouri, USA
Where you attended Forest Park Community College
And next, Washington University.
Then in May 2000, you got your BS degree in chemistry.
Today, 12 December 2022, a special day
When you can finally see the bright light of your future.
In your 27 years of presence on the earth

Thơ Ý

The first 9 months, you grew with love and care in your mother's womb
The next two years, you enjoyed your innocent childhood in Nha-Trang
Followed by five years of suffering in the barren Binh-Long District
And up to ten years of brainwashing with hatred by the communists
Luckily, you had two years to anxiously wait to escape to freedom
Then eight years of hard studying in US Universities.
Now you are old enough to know why we must exile ourselves,
And why hundreds of thousands of our people died at sea!

About five years of suffering in Song-Be
You were barely a baby of 2 then 7
It was then you experienced hatred against our family past (with former South Vietnamese government)
Thao, you probably have realized now
Why so many families were separated from their loved ones
And constantly mourning for them.
Also why your innocence was shattered
By the hostility taught in your school
According to the communist ideology
In disregard of morality and love for our ancestors.
As human beings, we all have our fatherland

*In the horoscope of 10 cycles, Quý Nhâm are the best
Whereas with the 12 symbolized animals, the
Buffalo works the hardest
Though living only two years in Nha-Trang
You relentlessly enjoyed the breeze
And your books in spite of rain or shine.*

*You came from a family of Freedom and
Democracy,
And raised by your parents in Devotion and Loyalty,
You have inherited the gene of Dragons and Fairies
That provided you with a glorious History.*

*And today, a remarkable day of your life
When you start caving your own niche
In the society you long to strive
And the sky is only the limit for you to try.*

*Today, we met and shared your happiness
With relatives and friends, in love and tenderness
Remember well we owe all to those serving
Human Rights and Democracy
Through our hard work and decency.
Happiness is simple, indeed:
Shake a hand, share your heart, vivid
Contribute to the happiness of others,*

Selflessly from our own nature.
Your remembrance and obedience to our ancestry
Will help maintain and enrich our eternal traditions.

As a Vietnamese refugee, a stalwart for Democracy
Your life, your heart, your breath are tied to
Vietnam's destiny
You owed to those who died or endured hardship
To defend our motherland from oppression and
dictatorship.

As an adult, please accept the TORCH passed on to you.
Meanwhile, as your father, I will follow along, too,
To honor LIBERTY and JUSTICE FOR ALL.

Remember it, my dear daughter, and remember well.

Translators:
NHAN THANH LE (2003)
TONY HA, K25/2 (2018)
TON DZIEN, K10 (2022)

Thơ Ý

MƯỜI NĂM NHÌN LẠI

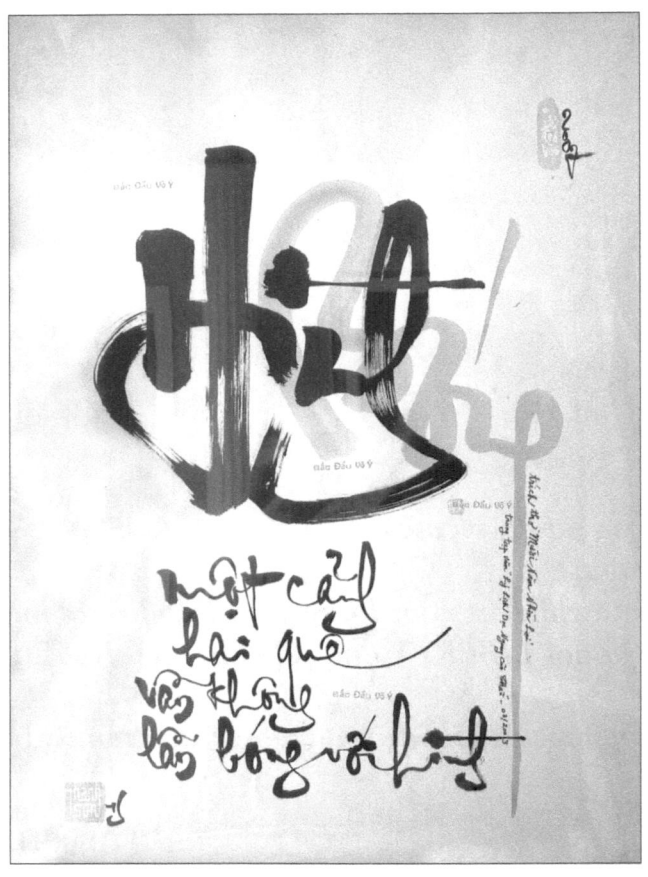

Thư pháp Thanh Sơn, 2007

Ai đã từng trông ngóng thâu đêm
   mới cảm nhận đêm vô tận
Ai đã từng qua cầu cải tạo
   mới uất nghẹn nỗi đoạn trường
Ai đang sống kiếp tha hương
   hẳn có lúc thẫn thờ tình quê tình nước

Trong 10 năm tạm cư Mỹ quốc
Dù trải qua hàng ngàn đêm lưu vong yên giấc
Dù nỗi đoạn trường khuây khỏa tro than
Nhưng nhúm lửa quê hương
   vẫn đáy lòng cháy sáng
   vẫn từng ngày từng tháng
   âm ỉ xót xa
Mỗi sáng đến sở mỗi chiều về nhà
Mỗi tiện nghi cái ăn cái mặc
Mỗi thu heo may mỗi xuân chồi lộc
Bồi hồi xa vắng ngẩn ngơ...

Xin tri ân đất nước trù phú mênh mông
Xin tri ân khí trời tự do tinh khiết
Xin đa tạ mười năm
   vòng tay hào hiệp
   mở rộng phẩm giá cưu mang

Có xa quê mới thấm nghĩa đồng hương
Những ngày đầu tủi mừng bỡ ngỡ
Phố xá e dè chiếc xe cháy dở
Lo nghĩ việc làm ngôn ngữ lao đao
Người đi trước dìu dắt kẻ đến sau
Cùng học hỏi cần cù
Vươn lên hội nhập

Xin đa tạ cái bắt tay thật chặt
Máu mủ ruột rà
Cùng đứng bên nhau
Cùng nghĩ về đất tổ quê cha

Mười năm nhìn lại
Ân nhân đồng đội và chính mình
Có điều lặng thinh
Có điều muốn nói

Dù tôi là người Mỹ gốc Á
Một cảnh hai quê
Vẫn không lẫn bóng với hình
Vẫn thân xác bồng bềnh Saint Louis
Mà hồn vọng tưởng Chí Linh
Vẫn biết nặng sâu là Ân Đất Nước
Tấc lòng tôi há dễ vô tình?

Có hề chi đời vô thường biến ảo
Có hề chi vạn vật chuyển dịch đổi thay
Nhưng cái mốc mười năm cũng đủ
Cho tôi kết ước lẽ sống này
Trong đội ngũ Vì Thế Hệ Ngày Mai

Mười năm nhìn lại
Hiển hiện trong tâm tưởng
Mái đình rêu phong gốc đa cằn cỗi
Mắt mẹ sầu hóm thâm quầng
Nhạt nhòa ngóng đợi
Mười năm

Và trái tim tôi
Như phải mũi kim châm...

(Saint Louis, 1992 - 2002)

TƯỞNG NIỆM CHUẨN TƯỚNG PHẠM NGỌC SANG[1]

Tổ Quốc lâm nguy thề bảo quốc
 Không Gian nghiêng ngửa quyết bền gan
Phượng Hoàng[2] soải cánh Phan Rang địa[3]
Trung Hiếu lung linh tận suối vàng

(St. Louis, 2002)

---

[1] Cựu Tư Lệnh Sư Đoàn VI Không Quân
[2] Danh hiệu của Tướng
[3] Tướng được Thượng Cấp bổ nhiệm Tư Lệnh Phó mặt trận Phan Rang cuối tháng 3/1975

Cố Chuẩn Tướng PHẠM NGỌC SANG (1931 - 2002)

VỀ ĐÀ NẴNG ĐỌC THƠ TRẦN HOAN TRINH[1]

Về Đà Nẵng đọc thơ Trần Hoan Trinh
Từng chữ từng lời *lũy thừa* thân phận
Mái tóc bồng bềnh *cấp số nhân* bụi phấn
Mắt thầy nhạt nhòa dáng *cos* hình *sin*

Về Đà Nẵng đọc thơ Trần Hoan Trinh
Như lửa mặt trời chói chang cháy bỏng[2]
Quê hương thơ và em bé giọng[2]
Dẫn khí suy vi ngấn lệ tượng đồng[3]

Về Đà Nẵng uống với Trần Hoan Trinh
Cùng cạn chén và nằm nghe dâu bể[4]
Chỗ thầy trò hay đại gia quyền thế
Cũng phù du như một giọt sương tan

---

[1] Bút hiệu của cố Giáo sư Toán Trường Phan Chu Trinh: Trần Đại Tăng
[2] Tựa đề hai tập thơ của Trần Hoan Trinh
[3] Tượng đồng khuôn mặt cụ Phan giữa sân trường
[4] *Chữ in nghiêng:* Trích trong các bài thơ của Trần Hoan Trinh

Về Đà Nẵng đọc thơ Trân Hoan Trinh
Thơ thầy chắt chiu *từ tim từ óc*
Vẫn còn nhiều điều *thầy chưa nói hết*
Ở ống thì dài khao khát niềm riêng

Về Đà Nẵng đọc thơ Trân Hoan Trinh
Bỗng nằm mơ một cuộc *hành trình*
Cùng bạn bè về thăm trường cũ
Hát hiệu đoàn ca *tranh đấu dân quyền*[5]

Về Đà Nẵng đọc thơ Trân Hoan Trinh
Thời thế đổi thay thói đời tráo trở
Lòng thầy vẫn *không đen không đỏ*
Ẩn trong thơ phấn trắng sân trường

Về Đà Nẵng đọc thơ Trân Hoan Trinh
Một mình muốn khùng *tìm trăng uống rượu*
Thơ và trăng hai mình lạng quạng
Bạc tóc *thầy Tăng*, đốn ngộ thiệt tình!

Về Đà Nẵng đọc thơ Trân Hoan Trinh
Tiên Lễ Hậu Văn Tôn Sư Trọng Đạo
- Thưa thầy em là Carnot Phan Châu Trinh một dạo
Dẫu tóc pha sương một chữ ơn thầy...

(Đà Nẵng, 2006)

---

[5] Lời trong Hiệu Đoàn Ca

KHÓC BGKQ.Net

Tháng Tư Bảy Lăm Việt Nam
Tháng Tư Hội Hoa Đòa Hai Ngàn Lẻ Sáu
Băm mốt năm qua
Họng đỗ quyên còn rướm máu
Đàn chim di
Có lúc bôi mặt làm gà
Có nơi khản cổ gọi tình nhà
Rút ruột dâng đời
Lời chính khí

Bạn Già, mà trẻ măng ý chí
Không Quân, nhưng đầy ắp nghĩa tình
Là tổ ấm ân cần thăm hỏi
Là bao la vùng trời
Hun đúc ước nguyện bình sinh

Năm năm qua, BGKQ.Net
Đối mặt kẻ thù không nao núng
Đồng đội sau lưng sao lại e dè
Nghẹn ngào ngao ngán
Hộc máu tươi
Đột tử?!

Tử?
Thì tử sinh là lẽ thường tình
Chỉ tiếc một điều
Sao không tử già tử bịnh
Hoặc tan xác cùng "quan tài bay"
Trên vùng trời quốc tổ
Mà lại bất đắc kỳ tử
Xứ lạ quê người?

Lại thương một nỗi
Sao trối trăng những lời dễ dãi
Để lòng già nơi nơi
Ngẩn ngơ chấm hỏi?

Thôi thì
Nghĩa tử là nghĩa tận
Sống phiền não là dại
Chết giải thoát là khôn
Khôn, xin đừng tự cao tự đại
Dại, xin nhẫn nhịn khiêm cung
Có khôn thiêng
Xin phù hộ kỳ cùng
Đồng đội và thế hệ đời sau
Chín bỏ làm mười
Đại thể trên cá thể

vô ý

Thôi thì
Cầu xin hợp đoàn anh linh
Những Cánh Chim Tự Do
Tiếp dẫn hương linh BGKQ.Net
Vút bay về vùng trời Tổ Quốc
Vô tận cảm thông
bao la thân thiết
"Không bỏ anh em, không bỏ bạn bè."

Thành kính.

(Saint Louis, 30/4/2006)

CÁM ƠN EM VÔ CÙNG PHÚC VĨNH[1]

Anh em ta vắng cha rất sớm
Mẹ một mình một nắng hai sương
Nước nhà gặp buổi nhiễu nhương
Hai anh gạt lệ tìm đường Tự Do

Đêm ngày Mẹ âu lo than khóc
May còn em chăm sóc đỡ đần
Kể từ Một Chín Bảy Lăm
Đến nay kể cũng ba lăm thu tàn

Duyên phận em dở dang như Mẹ
Cũng nửa đường phượng rẽ chia loan
Một mình thủ tiết nuôi con
Đói cơm khát sữa rét mòn chiếu manh

Phận làm trai hai anh hổ thẹn
Chữ hiếu trung ngào nghẹn tấc lòng
Mẹ già chiếc bóng bên song
Mỏi mòn ánh mắt ngóng trông con về

---

[1] Em gái của tác giả

May còn em vai kề tay đỡ
Bao nhọc nhằn đâu nỡ than van
Cơm rau khuya sớm thuốc thang
Gương em hiếu tử họ hàng soi chung

Cám ơn em vô cùng Phúc Vĩnh
Là con ngoan chung thủy vợ hiền
Mẹ yêu của Thúy Thị Thiên
Là em thương của Ý Tình hai anh

Cám ơn em chân thành lặng lẽ
Táng xương Cha dưỡng Mẹ vẹn toàn[2]
Từ nay tộc Võ hân hoan
Tấm gương hiếu hạnh chữ vàng tên em.

(Corona, Tạ Ơn 2009)

---

[2] Tìm được hài cốt Cha năm 2000; cải táng tại nghĩa trang Tộc Võ, Đại Lộc, Quảng Nam

Mẹ Tâm Thí và ba con: Võ Tình (phải), Võ Ý, Võ Thị Phúc Vĩnh

TƯỞNG NIỆM
CHÍ SĨ PHAN CHÂU TRINH[1]
NHÂN LỄ HÚY KỴ LẦN 73

Cụ Phan (1872 - 1926)

Nhớ linh xưa,

Cụ Phan Tây Hồ, biệt hiệu Hy Mã, lúc thiếu thời sớm nặng tình quê, *Vốn thờ ơ lối học từ chương, vẫn theo bút*

[1] Sách tham khảo: Quảng Nam Trong Lịch Sử (QNTLS) & Trung Kỳ Dân Biến 1908 (TKDB), Trần Gia Phụng, Non Nước, Toronto, Canada, 2000 & 2008.

nghiên tạo uy tín, đặng dễ bề thực hiện chí lớn, mong giành lại chủ quyền cho nước cho dân.

Không cam chịu cảnh ức hiếp của thực dân và tay sai, Cụ can đảm viết thư gởi thẳng Toàn quyền Pháp, vạch trần chính sách cai trị bạo tàn, dung túng bọn tham quan, hà hiếp dân lành, đẩy đất nước vào cơ cực lầm than, đưa dân tộc vào yếu hèn bạc nhược,

Trước cảnh triều đình bất lực thối nát, dân tình khổ nhục lầm than, cụ Tây Hồ rủ áo từ quan, kết hợp với các nhà ái quốc khác như Phan Bội Châu, Lương Ngọc Can, Huỳnh Thúc Kháng và Trần Quý Cáp, nhằm thực hiện khát vọng chung của dân tộc là: *Canh tân xứ sở, mở mang công nghệ, khuyến khích thương nghiệp, nâng cao dân sinh, mở mang dân trí, chấn hưng dân khí, thực hiện trọn vẹn dân quyền!*

Tư tưởng Phan tiên sinh đã tác động và thay đổi cách nghĩ cách làm của người dân khắp nước. *Trường Dục Thanh, Đông Kinh Nghĩa Thục* là những Trung Tâm Văn Hóa tân tiến bấy giờ, chủ trương **khai dân trí, chấn dân khí và hậu dân sinh** của Cụ.

"Trung Kỳ Dân Biến Năm 1908", chống cường hào ác bá, sưu cao thuế nặng xảy ra khắp Trung kỳ,... cũng là hệ quả bài học **dân quyền** của Phan chí sĩ.

Chính quyền bảo hộ tìm cách tiêu diệt ý chí Phan Châu Trinh. Cụ từng nếm cơm tù của các ngục Phú Thừa, Côn Lôn và Santé Pháp quốc. *Án tử hình đổi thành chung thân biệt xứ, như dao kê cổ, súng gí bụng vẫn không khuất phục chí khí của chiến sĩ cách mạng Phan Châu Trinh*[2]

---

[2] Ý của cụ Huỳnh Thúc Kháng trong QNTLX, trang 227

Năm 1925, vua Khải Định mất, cụ Phan muốn nhân cơ hội đứng ra cải tổ nội chính, lập dân đảng, thực thi dân trị hầu mang phúc lợi dân quyền cho Việt Nam. Nhưng vận may chưa đến với dân tộc, Cụ từ giã cõi trần hôm 24 tháng 3 năm 1926, hưởng dương 55 tuổi, mang xuống tuyền đài biết bao mộng ước tốt đẹp cho nước cho dân.

Từ Bắc chí Nam, Việt Nam phủ màu tang trắng...

Hôm nay, nhân ngày giỗ của Phan Chí Sĩ, toàn dân chưa quên lời dạy của Cụ từ năm 1907: *"Không nên trông người ngoài, trông người ngoài là ngu, không nên bạo động, bạo động thì chết, tôi chỉ có một lời để nói với đồng bào, không gì bằng học..."*[3]

Và nghe đâu đây, hào khí từ ngục Côn Lôn vang vọng về:

Làm trai đứng giữa đất Côn Lôn,
...

Mưa nắng chi sờn dạ sắt son
Những kẻ vá trời khi lỡ bước
Gian nan nào xá sự con con
(Phan Châu Trinh – Đập Đá Côn Lôn)[4]

Chúng tôi, lớp hậu duệ nghĩ rằng, để tỏ lòng nhớ ơn công đức của nhà cách mạng Phan Châu Trinh, không gì hơn là áp dụng phương pháp đấu tranh của Cụ trong hoàn cảnh đất nước hiện nay là, *kiến trì tranh đấu bất bạo động, góp phần mình vào công cuộc đấu tranh chung của toàn dân để giải trừ chế độ Cộng Sản tham tàn bạo ngược, hèn với giặc ác với dân và khiếp nhược còn hơn triều đình bảo hộ ngày xưa,* hầu

---

[3] Trích lời diễn thuyết của cụ Phan trong TKDB, trang 62
[4] Theo trang web: www.phanchautrinh.org

xây dựng một Việt Nam Tự Do Nhân Quyền Dân Chủ và phú cường thịnh trị!

Ngưỡng mong anh linh chí sĩ Phan Châu Trinh phù hộ và dìu dắt toàn dân đi theo bước chân của Người!

Cẩn bái.

(Corona, CA, đầu Thu 2009)

LÊN NÚI TỎ TÌNH CHO ĂN CHẮC

Tỏ tình với em trên đường phố
Khói bụi tạp nham ô nhiễm ngay
Khẩu trang em che kín mặt mày
Nghe sao kịp mô tê lời nói

Em chạy *scooter*[1] quen lạng lách
(Đi đêm ma sẽ gặp có ngày)
Cơm áo gạo tiền càng thúc bách
Lời yêu thương hối hả gió bay

Tỏ tình với em trên biển cát
Sóng nhấp nhô khỏa lấp dễ dàng
Nhằm nhò gì muối ướp thênh thang
Lời yêu thương không là thịt cá

---
[1] Xe gắn máy

Tỏ tình với em trong quán xá
Khách vào khách ra ái ngại thấy bà
Muốn mời em ghé vườn sau nhà
Em ầu ơ gió đưa bụi chuối

Hay là cùng dẫn nhau lên núi
Toan tính thiệt hơn vứt lại sau
Càng lên cao trái tim càng ngầu
Tình cũng tận tình như trời đất

Còn gì không để em thắc mắc
Chim kêu vượn hú mây thênh thang
Mặc thế sự chụp giựt bon chen
Lên núi tỏ tình cho ăn chắc!

(Corona, 2010)

Nhạc: NS Nhật Ngân
Ca sĩ: Huy Tâm
SĐ6KQ VNCH Blog: Lên Núi Tỏ Tình (sd6kq.blogspot.com)

XUỐNG NÚI MÀ LO CHUYỆN BAO ĐỒNG

Tưởng rằng lên núi là trốn nợ
Theo mây theo gió rong chơi
Tưởng như vậy khác nào tưởng bở
Gió mây chúa chổm của trời

Tưởng rằng lên núi là hết sẩy
Cùng trăng sao ươm mộng dệt mơ
Coi *dzậy* mà không phải *dzậy*
Trăng sao khi tỏ khi mờ

Tưởng rằng lên núi là có nhau
Se sợi tóc mai thả về giang đầu
Sẽ không ai hận tình giang cuối
Càng lên cao vết bổ càng sâu

Tưởng rằng lên núi thực hành thiền
Cột cho chặt tâm viên ý mã
Sanh tử vô thường thôi hãy xả
Ai ngờ cái ngã vẫn an nhiên

Tưởng rằng lên núi là lắng đọng
Mận nhạt đào phai trụ gốc để
Trên đỉnh nọ non kia trông ngóng
Đất chuối sạt lở đến u mê

Lòng còn vướng bận bao tham luyến
Sân si chưa rũ đừng có ngông
Cõi ta bà ngách nào không huyễn
Xuống núi mà lo chuyện bao đồng.

(Thanksgiving 2010)

KÍNH MỪNG TRĂM TUỔI MẸ NGUY NGA

Bao ngày an lạc bách niên qua
Tử biệt sinh ly tận tuổi già
Tóc Mẹ trắng phau gương tiết hạnh
Lưng già oằn nhớ các con xa
Mẹ nương Ánh Đạo trên đôi nạng
Con niệm pháp danh Mẹ Phật nhà
Tâm Thí tâm không cùng khổ nghiệp
Kính mừng trăm tuổi Mẹ nguy nga.

(2010)

Mẹ Tâm Thí (1911 - 2011)

CẢNH GIỚI NÀO
MẸ VẪN VÔ CÙNG

Lưng mẹ oằn trăm linh một tuổi
Bước chập chờn nẻo cuối chiều hôm
Báo thân trái chủ bồn chồn
Vấn vương máu thịt dập dồn tình thân

Vẫn biết đời mênh mông bể khổ
Lẽ tử sinh muôn thuở lẽ thường
Mà sao cuối nẻo yêu thương
Lòng con như thể đoạn trường mẹ ơi

Giữa mênh mông đất trời con khấn
Cảnh giới nào mẹ vẫn vô cùng
Mẹ nay tôn Phật tại đường
Mẹ sau bóng Phật mười phương con nguyền

Gương thủ tiết một thuyền chèo chống
Lưng mẹ oằn một nắng hai sương
Mẹ là vô lượng tình thương
Lòng con tấc cỏ sao lường biển khơi

Xin chư Phật khắp trời gia hộ
Mẹ kiên tâm Tịnh Độ cõi về
Thân tứ đại trả bến mê
Mẹ là bờ giác là quê vĩnh hằng.

(Đà Nẵng, Xuân Tân Mão 2011)

TỔ ẤM BAY VỀ

Ta thân chim hơn nửa đời cánh mỏi
Khát khao nay một tổ ấm bay về
Mà cõi không kia vẫn âm thầm vẫy gọi
Cháy bỏng lòng ta tình nghĩa đó sơn khê.

(Corona, 2013)

NXB Cội Nguồn – 2013 (Xem Phụ Lục)

ĐÓA HOA NGÀY VALENTINE

Ngày Valentine gợi nhớ
Một đóa hoa bình thường
Hương tỏa khắp mười phương
Bao đời hằng trân quý

Hoa ẩn tàng trong đá
Hoa hiện hữu trong kinh
Hoa nở thắp Tịnh Tâm
Hồng Xanh Vàng Tím Trắng

Từ nước đọng bùn nhơ
Trải một mùa đông rét
Hoa vươn lên khoe sắc
Thanh thoát nắng hè tươi

Ngày Valentine gợi nhớ
Một biểu tượng thiêng liêng
Về tình yêu rộng mở
Ôi đóa Sen tịnh thiên!

(Phật Quang, HB, 2015)

HÌNH NHƯ TÔI CŨNG BÁ VƠ

Hình như biển đã bớt nồng
Phi lao bớt gió bãi mong bớt chờ

Hình như đôi mộng bớt mơ
Chim muông do dự dật dờ suối khe

Hình như nắng cũng e dè
Nụ thơm chưa ngát đã se thắt chồi

Hình như em muốn thay lời
Chữ tằm chữ tóc rối bời chữ tơ

Hình như tôi cũng bá vơ
Đi trong giá tuyết vẫn ngờ nắng quê.

HÌNH NHƯ TRONG SỢI TÓC MAI

Hình như nhịp bước đậm đà
Nhịp vai e ấp chan hòa nhịp tim

Hình như trong ánh mắt nhìn
Thấy căn duyên bỗng giật mình tỉnh say

Hình như trong sợi tóc mai
Một mùi hương lạ bỗng ngây ngất đời

Hình như em muốn mượn lời
Gợi khêu ấp ủ một thời dọc ngang

Tim tôi vỗ sóng Hát Giang
Trong mơ lớp lớp hàng hàng có em.

HÌNH NHƯ
M CŨNG THẤT THƯỜNG

Hình như Biển đã giận Hồ
Hàm Rồng giận núi sững sờ rừng xưa

Hình như gió bụi giận mưa
Sình lầy giận nắng cho vừa mù sương

Hình như M cũng thất thường
Sáng mưa chiều nắng biết đường nào binh

Hình như tôi cũng lưu linh
Lạc trong Phố Núi dám quên đường về.

HÌNH NHƯ
TRÚC ĐÃ GẶP ĐÌNH

Hình như trúc đã gặp đình
Cánh chim xa xứ giật mình cành Nam

Hình như trong giọng kim ngân
Rền vang chính khí xuất thần dây tơ.

HÌNH NHƯ
LỘNG GIẢ THÀNH CHÂN

Hình như Phượng đã gặp Hoàng
Đất trời chung một rộn ràng châu thân

Hình như lộng giả thành chân.
Trong mê đắm có nợ nần kiếp xưa...

Hình như tôi hóa thân lừa
Vai mang vai vác còn thừa cỏ miền

Hình như mấy sợi tóc tiên.
Gió tiền định thổi đảo điên số phận.

NỤ HỒNG TÍM

Tạ ơn em nụ tím hồng
Từ vô lượng kiếp còn nồng hương quê

Tạ ơn niên thiếu chợt về
Trường xưa bạn cũ bộn bề bướm hoa

Tạ ơn mộng hiển thoáng qua
Mà trong chớp mắt như là thiên thu.

(Khắp Nơi, 1993 - 2016)

TƯỞNG NIỆM
QUÂN DÂN CÁN CHÍNH
TRÊN LIÊN TỈNH LỘ 7B[1]

Than ôi!
Dấu ấn Liên Tỉnh lộ 7B
còn in đậm hóc núi khe rừng
Bao oan hồn uổng tử
như còn phảng phất
ngọn cỏ đầu sông

Nhớ linh xưa
trong cơn quốc biến
người dân Phố Núi
kẻ miệt mài đèn sách
người khoác chiến y
trực diện hiểm nguy
tam biên trấn thủ
cốt giữ hậu phương rộn rã tiếng cười

---

[1] https://www.youtube.com/watch?v=EpdeS4pamUA

Bỗng đất trời Pleiku sửng sốt bàng hoàng
khi nghe lệnh bỏ Tây Nguyên
theo Liên Tỉnh lộ 7B
rút về Duyên Hải
rạng sáng ngày 16 tháng 3 năm 1975
bất chấp đạn pháo địch
say máu đuổi theo
Bao sinh linh thịt nát xương tan
Rải rác dọc đường di tản

Cuộc triệt thoái trên Liên Tỉnh lộ 17B ngày 16/3/1975

Bên kia sông
vợ ôm xác chồng
Bên này cầu
con gào mất mẹ
Đất trời thảm khốc
rừng núi kinh hoàng
Vì ai nên nỗi?

Hôm nay
nhớ ngày tang tóc xưa
mới đó mà đã 50 năm bỏi xứ!
Người Pleiku tụ tập tại đây
mừng mừng tủi tủi
lòng sao khỏi ngậm ngùi nhớ tưởng
bao oan hồn uổng tử
trên Liên Tỉnh lộ 7B ngày nào

Lễ Tưởng Niệm 20/3/2013

Hoặc giả
hồn còn la đà đầu ghềnh cuối thác
Hoặc giả
hồn còn vất vưởng ngọn cỏ đầu non
xin hoan hỉ đón nhận lòng thành của kẻ sống còn
đang khẩn thiết cầu xin chư hương linh
hòa nhập vào Hồn Thiêng Sông Núi
độ trì cho các thế hện tiếp nối
nung nấu một ngày về
khi Tự Do Dân Chủ khắp làng quê

Thôi thì
sống gửi thác về
Xin liệt vị đời đời an nghỉ
nơi trời Tây Nguyên hùng vĩ
nước nhược non bồng

Thôi thì,
sống khôn thác thiêng
Xin liệt vị độ trì chúng tôi và các thế hệ tiếp nối
biết yêu thương hỉ xả
nơi xứ lạ quê người
Và hun đúc tâm can chúng tôi
đủ bền gan tin tưởng
đợi một ngày
cùng toàn dân vùng lên
dựng lại ngọn cờ vàng ba sọc đỏ
Lá Cờ Đại Nghĩa
trên núi cũ sông xưa
Từ Ải Nam Quan
đến Mũi Cà Mau
khắp biển trời hải đảo
một dải giang sơn gấm vóc xinh tươi
do tiền nhân từ bao đời dựng nên
Mong cháu con đời sau gìn giữ!

Hôm nay, lễ bạc dâng lên
hoa quả hương đèn
với một lòng chí thành
Ngưỡng mong chư anh linh liệt vị
Về đây chứng giám!

Kính bái.

(Westminster, 3/16/2025)

Hội Đồng Liên Tôn niệm hương trước bàn thờ Tổ Quốc

BÀN CHÂN MUỘN MÀNG

Bàn chân lên thiên đàng
Bàn chân về địa ngục
Bàn chân nào xúi giục
Mê đắm bước trần gian

Thiên đàng rực rỡ hoa
Địa ngục rầu xác lá
Bàn chân em bước qua
Lá hoa đều nghiêng ngả

Lòng tưởng câm tưởng điếc
Bỗng đắm đuối như đang
Hôn bàn chân để tiếc
Ôi bàn chân muộn màng.

(Little Saigon, 2018)

Thơ Ý

ƯỚC MƠ VIỆT

Ước Mơ Việt ước mơ ta
Chung lòng lắng xuống lời ca thấm vào
Quê hương và Mẹ dạt dào
Mắt tôi nhòe cũng lệ trào mắt em.

(Garden Grove, 2021)

TƯỞNG NIỆM
CUNG TRẦM TƯỞNG

Cung Trầm Tưởng, *con cách riêng Thượng Đế*[1]
Tô đẹp đời bằng chữ nghĩa thi ca
"Một Hành Trình Thơ"[2], món quà *hiếu tử*[1]
Anh mang theo, dâng kính đấng Cha Già.

(Minneapolis, 10/2022)

---

[1] Chữ của Cung Trầm Tưởng
[2] Tác phẩm của Cung Trầm Tưởng

Cung Trầm Tưởng, *Con Thượng Đế* (1932 - 2022)

VĂN TƯỞNG NIỆM QUỐC TỔ[1]

Cây có cội, nước có nguồn,
Chim kia còn có tổ, huống chi người há chẳng có tông?

Như dân tộc Việt Nam ta, trải qua bốn ngàn năm văn hiến
là một trong những dân tộc có lịch sử cổ xưa nhất
còn tồn tại đến ngày nay.
Nền Văn Hóa tộc Việt cũng có bản sắc tự hào.
Lịch sử đấu tranh sinh tồn của dòng giống Tiên Rồng
cũng vô cùng hiển hách!

Từ châu thổ sông Hồng
tổ tiên ta đã đổ bao nhiêu xương máu
ngày đêm lấp biển thành ruộng, xẻ núi thành đồng mở
mang bờ cõi đến tận phương Nam.

---

[1] Soạn theo tài liệu Phụ Bản Đặc Biệt Kháng Chiến số 50, tháng 4 năm 1986. Bài viết đã đăng trên Bản Tin Trùng Dương (Saint Louis, MO) số 12, 05/1994. Soạn lại 04/2007 & 12/2023 & 02/2024.

"Trải bốn ngàn năm dựng nước nhà
Sống khoe hùng dũng núi nguy nga"[2]

Sá gì thiên tai bão lụt hằng năm,
càng gian khổ càng kiên cường bền chí.
Xăm mình xuống biển đương đầu thủy quái
Đúc rìu Đông Sơn lên rừng đốn gỗ khai hoang.
Đánh trống đồng Ngọc Lũ rung chuyển non sông
Ngàn năm đô hộ vẫn không chịu khuất.
Búi tóc nhuộm răng ăn trầu
để không bị đồng hóa Bắc Phương.

Dân tộc ta
từ chỗ hỗn mang nguyên thủy
đến chỗ văn minh chói lọi.

Tổ tiên ta
"Lấy đại nghĩa thắng hung tàn,
Lấy chí nhân thay cường bạo"[3]
Lấy Đạo dựng Người,
Lấy Nhân dựng Nước.
Một đất nước bốn ngàn năm Văn Hiến
sử xanh còn đó rành rành.

---

[2] Vũ Hoàng Chương
[3] Nguyễn Trãi – Bình Ngô Đại Cáo

Từ Đinh Lê Lý Trần Lê Nguyễn
anh hùng hào kiệt tiếp nối đời đời.
Nợ nước thù nhà,
sá gì Triệu Trưng thân bồ liễu.
Bạch Đằng giang nổi sóng Ngô Quyền.
Tuổi trẻ sục sôi nát cam Quốc Toản
Muôn đời sau còn rực lửa Quyết Chiến Diên Hồng.
Chí Linh đó mười năm gai mặt đã
gấm thêu lời[2] *Đại Cáo Bình Ngô*[3]
Vó ngựa Mãn Thanh
khiếp vía oai linh Nguyễn Huệ.
Hịch Cần Vương còn vang vọng ngàn sau.

Lịch sử ta
bao người ngã lại bao người đứng lên[2].

Hôm nay
nhân ngày giỗ Quốc Tổ, mồng Mười tháng Ba năm...
Chúng con tụ tập tại...
Cùng tưởng niệm nhớ ơn:

"Quốc Tổ Hồng Lạc dụng nghiệp khai sáng kỷ nguyên, mười tám đời Thánh Đế Hùng Vương trị vì mở mang vận hội.

---

[2] Vũ Hoàng Chương
[3] Nguyễn Trãi – Bình Ngô Đại Cáo

Văn Lang đó uy nghi giữa đất Nam Phương
Phong Châu đấy ngời ngời bên trời Đông Hải.
Xứ xứ bá tánh lạc nghiệp thái hòa
Nơi nơi muôn dân an cư thịnh lợi.
Ơn Quốc Tổ sánh tựa biển Đông,
Đức Vua Hùng so dường non Thái.
Đạo thần tử kiếp kiếp chẳng dám khi vong,
Phận cháu con đời đời vẫn hằng tôn bái"[4]

Vậy mà,
Uất nghẹn thay,
Một lũ vô thần nghịch tử,
bán linh hồn cho tà thuyết Mác Lê
đang tâm tàn phá đền đài lăng miếu
giềng mối kỷ cương.
Chúng nhuộm đỏ non sông gấm vóc
bằng chủ nghĩa giai cấp hận thù đấu tố.
Chữ Tự Do bị dao kề cổ,
Chữ Nhân Quyền oan ức bị phanh thây,
Sông núi ngào nghẹn
Muôn dân ai oán!

Là con Lạc cháu Hồng,
lẽ nào nhìn dân tình thống khổ mãi vậy sao?

---

[4] Nguyễn Lộng Ngôn – Phụ Bản Đặc Biệt Kháng Chiến số 50, 1986

Nhân ngày Giỗ Tổ,
Ba triệu cháu con người Việt tị nạn cộng sản xứ người
(và 90 triệu đồng bào trong nước)
cùng hướng về bàn thờ Quốc Tổ
nghe như
hồn thiêng *"sông núi vẫn vang rền"*[5],
nghe như
tiếng quở trách của tiền nhân tự ngàn xưa vọng lại,
mà cảm thấy tủi hổ ngậm ngùi...

Trước 18 thánh linh Hùng Đế
Trước hồn thiêng Sông Núi,
chúng con và các thế hệ tiếp nối
nguyện theo bước tiền nhân
bền gan tranh đấu cho một Việt Nam
Tự do Hạnh phúc Ấm no thực sự.

Cùng cầu xin anh linh Quốc Tổ
độ trì dòng giống Lạc Hồng:
Đủ sáng suốt tỉnh tường để nhận biết
đâu là độc tài độc đảng
bán nước cầu vinh
ác với dân hèn với giặc.

---

[5] Duy Năng (CSVSQ Nguyễn Văn Trí, K14)

Đâu là chính nghĩa quốc gia dân tộc
vì ấm no hạnh phúc đồng bào.

Chúng con nguyện
bền gan theo đuổi mục tiêu
phế bỏ chế độ độc tài bạo tàn hung hiểm
cùng xây dựng một chế độ Tự Do Nhân Bản,
cho nòi giống thoát cảnh đọa đày
cho Việt Nam ngẩng mặt với đời...

Khẩn thiết cầu xin,
Chư Anh Linh Quốc Tổ chứng giám!

Cẩn bái,

VÕ Ý

Xuân 2022

KẾT

Nơi quê người ấm êm an hưởng
tôi vẫn là cánh chim Miền Nam Tự Do!
Sáng sáng mơ màng biểu tượng
chiều chiều trông về quê mẹ
sầu lo

Từ tóc xanh đến tóc bạc
từ gia đình
đến trường học trường đời
đã khắc cốt "Tứ Trọng Ân"
tôn kính[1]

---
[1] Tam Bảo, Cha Mẹ, Đất Nước, Chúng Sinh

Dù một cảnh hai quê
vẫn không lẫn hình với bóng[2]
vẫn ước nguyện đời sau
cháu con tự dấn thân tiếp bước

Góp một bàn tay
cho Việt Nam thoát cảnh đọa đày
khỏi chế độ độc tài độc đảng

Góp một nhịp tim
cho Việt Nam ngẩng mặt với đời
trong thế giới
Tự Do Nhân Quyền Dân Chủ[3]

---
[2] Trích trong "Mười Năm Nhìn Lại"
[3] Trích trong "Mười Năm Nhìn Lại"

Sẽ có một ngày
bóng với hình chung một
sắc như không
thân cát bụi bay về

Tôi tin yêu trao lại
một biểu tượng thiêng liêng
phất phới hồn quê
mong hậu thế nâng niu gìn giữ
cho đến một ngày
tung trời quê cha đất tổ
lá cờ thiêng
Cờ Vàng Ba Sọc Đỏ
thân yêu!

võ ý

Chuyện tử sinh
tôi an nhiên đón đợi
kể gì thân tứ đại vô thường

Xin được nghe tận cùng
"Việt Nam
hai tiếng nói
sau cùng
khi
lìa đời."[4]

(Quận Cam, Đông 2022)

―――――――
[4] Việt Nam Việt Nam - Phạm Duy

PHỤ LỤC

◆ MỘT GÓC TRỜI PLEIKU TRONG THƠ VÕ Ý

Trên Lý Tưởng Úc Châu số ra mắt (Xuân Canh Ngọ 1990), tôi đã được hân hạnh góp mặt với bài *"Phi Vân - mây xám lưng trời"*, viết để hoài niệm hơn một ngàn ngày sống ở Căn Cứ Không Quân Pleiku.

Ba năm sau cùng của đời quân ngũ, tôi sống an nhàn – sáng đi chiều về, cơm nhà quà vợ – ở Bộ Chỉ Huy Kỹ Thuật & Tiếp Vận Không Quân (Biên Hoà), được ông Chỉ Huy Trưởng (Chuẩn tướng) Từ Văn Bê "cưng chiều", dù bộ râu mép chỉ vài sợi lơ thơ tơ liễu buông mành, cũng được ông ưu ái cấp cho cái giấy phép để râu đầu tiên trong đơn vị. Nhưng tôi không bao giờ quên được Pleiku, nơi tôi đã tình nguyện tới và bị bắt buộc rời xa, nơi tôi đã sống những tháng ngày đẹp nhất đời quân ngũ, được hưởng chung niềm vui, chia sẻ nỗi buồn với những người Không Quân Biên Trấn – những người đã sống xứng đáng, đã chết anh hùng để góp phần đem lại niềm tự hào chung cho quân chủng.

Trong số những người đã hy sinh, tôi viết nhiều về cố Trung tá Phạm Văn Thặng; trong số những người còn sống, tôi có nhắc đến các niên trưởng Phùng Ngọc Ấn, Đỗ Trang Phúc, Nguyễn Văn Bá, các đàn anh Lê Bá Định, Lưu Đức Thanh, Võ Ý,...

Hôm nay, tôi cầm bút viết về Pleiku một lần nữa là vì anh Võ Ý (tôi gọi bằng *"anh"* với lòng trân quý), hay nói cho chính xác hơn là vì những bài thơ của anh Võ Ý làm ở Pleiku.

Ông cựu Phi đoàn trưởng 118 Bắc Đẩu hào hoa phong nhã này ngoài tài chỉ huy, bay bổng còn là một nhà thơ tài tử, điều đó trong Không Quân ai cũng biết (tôi nhấn mạnh hai chữ *"tài tử"* vì trong quân chủng Không Quân không thiếu những nhà thơ chuyên nghiệp và có thể còn nổi tiếng hơn Võ Ý). Nói về thơ Võ Ý, theo tôi, những bài hay nhất của anh có lẽ là những bài làm trong thời gian sống ở Pleiku. Có thể vì Pleiku vừa là chốn *"lưu đày quan bất mãn, lính ba gai"* (lời ông CHT Đỗ Trang Phúc) - thê lương như cái tên Cù Hanh của phi trường, vừa là nơi tung hoành của các chàng không quân có máu giang hồ phiêu bạt – thơ mộng như hai chữ *"Phi Vân"* trên cổng ra vào căn cứ, nên đã gợi hứng cho người, đem hồn vào thơ.

Gần đây, được tin anh Võ Ý tới Cali, tôi viết một lá thư sang "trình diện", nội dung thăm hỏi thì ít mà nhắc đến chuyện Pleiku thì nhiều – một cái tật của tôi khi "vớ" được dân Pleiku!... Trong thư hồi âm, anh Võ Ý cho biết anh rất xúc động khi tôi nhắc tới Pleiku. Tôi tin rằng khi viết như thế, anh cũng đoán biết tôi sẽ xúc động như thế nào khi được đọc những dòng chữ của một người anh cũ, cùng sống với nhau ở Pleiku hơn 26 năm về trước.

Xin mạn phép trích đăng một đoạn trong lá thư "cá nhân" ấy:

"Anh Thiện thân mến,

... Tôi vô cùng xúc động, bất ngờ khi nhận được thư anh. Tôi đã đọc thư nhiều lần và một trời Pleiku sống rộn ràng trong trí nhớ của tôi.

Mỗi người ở Pleiku và yêu Pleiku theo cảm nhận riêng. Tôi cũng yêu Pleiku theo cách cảm nhận riêng của tôi.

Pleiku là chốn tôi đã tình nguyện đến. Pleiku là nơi thách đố bổn phận và trách nhiệm của một quân nhân. Pleiku đối với tôi còn là một địa danh để tôi có thể thể hiện cung cách phục vụ quần chúng thân yêu của mình.

Ở đâu đó bàng bạc trong bức thư của anh, tôi thấy tấm lòng của anh hòa chung một nhịp với tôi: "Tôi nhớ tới một ngàn ngày đói rách ở Pleiku hơn là ba năm phảy phá ở Biên Hòa."

Trước năm 1975, trên đặc san Lý Tưởng của Bộ Tư Lệnh KQ, một cây viết kỳ cựu trong quần chúng – niên trưởng Nhân Hậu, nếu tôi nhớ không lầm – đã viết bài *"Đà Lạt – góc tường ký ức"*. Những ai đã từng ở Đà Lạt một thời gian đủ dài cho một khóa học, đọc bài này đều thấm thía. Bởi mỗi lần trở lại Đà Lạt, dù tình cờ hay có chủ đích, dù còn trai trẻ hay tóc đã điểm sương, người ta chỉ cần nghe tiếng thông reo, nhìn con dốc đá là bỗng nhớ dấu chân xưa, thương hình bóng cũ.

Với Không Quân, *"góc tường ký ức"* ấy là Pleiku. Muốn cho chính xác phải gọi là *"góc trời"*. Ngược dòng thời gian, góc trời ấy được đặt tên Căn Cứ 62 vào tháng 12 năm 1962. Những chàng không quân VNCH đầu tiên đặt chân đến phi trường Cù Hanh đèo heo hút gió này là các chàng phi công của phi đoàn quan sát 114 từ Đà Nẵng vào (đầu năm 1963), kế tiếp là biệt đội khu trục A-1 từ Biên Hoà ra. Mùa Xuân 1964, căn cứ trở thành Không Đoàn 62 Chiến Thuật - biệt danh Không Đoàn Biên Trấn - mà vị tư lệnh đầu tiên chính là ông Minh Cồ.

Đầu năm 1965, Không Đoàn 62 dời về Nha Trang, Pleiku thu mình thành Căn Cứ Không Quân 92 bé nhỏ, có nhiệm vụ đón tiếp các biệt đội từ Sài Gòn, Biên Hòa ra, Nha Trang lên, Đà Nẵng vào... Ngoài ra, phi trường Cù Hanh – trên cao 2500 bộ - còn là tiêu điểm của các phi vụ huấn luyện. Từ xa xa, thấy núi Hàm Rồng là biết sắp đáp Pleiku. Gọi là núi Hàm Rồng có lẽ vì đứng dưới đất mà nhìn thì trông giống như cái hàm của con rồng (?), nhưng ở trên trời nhìn xuống, nó giống hệt cái "mu rùa" khổng lồ, lại còn thêm một đường trũng sâu nằm ngay chính giữa, trông giống như "thung lũng tình yêu" của ai đó đang tênh hênh mời gọi, nên đã được các chàng không quân đa tình và giàu óc tưởng tượng đặt cho một cái tên khác – rất đáng yêu, hơi khó nghe nhưng dễ nhớ.

Chắc hẳn ngày ấy Võ Ý đã nhiều lần thấy núi Hàm Rồng, đáp xuống Cù Hanh, và để lại nửa hồn nơi phố Pleiku có người em *"má đỏ môi hồng"*, nên anh viết:

Xưa trên đó

Xưa trên đó sương nhòa hơi thở đượm
Dốc cũng vừa ta bước xuống vô biên
Mê cho lắm cho tay dài với mộng
Mặt trời lên chiếu rạng tới ưu phiền

Mưa thì sình bụi mù thay nắng gió
Gặp là vui cam khổ cũng cam đành
Vui cho quên đâu bằng xưa trên đó
Áo bay bay mờ ảo dấu phượng hoàng

Quên được thì quên nhớ thì ai nhớ
Quên cho rồi quyên gọi quốc từ đây
Nhớ đâu đâu lạ lùng trăng đêm đó
Tượng đá thần linh sao ta tỉnh say

Một dạo bay qua nhìn xưa trên đó
Đồi như vương cây như vấn chân nàng
Phố cũng xưa và tim thì đau nhói
Quạt nồng đâu qua đó để cơ hàn

Biển rộng có hồ, sóng dài có ngọn
Đã hẹn bến bờ đến ngọn hòa mình
Nhưng sóng có khúc tình người vô hạn
Đã hẹn thì chờ dâu biển chờ xem

Tôi đây vẫn đứng bên bờ giao ước đó
Đợi chờ em từ cõi sắc không kia
Mây cứ bay bay hoài hương phấn cũ
Tôi còn đây em có dễ như xưa

(Pleiku - 1967)

Năm 1970, Căn Cứ Không Quân 92 trở thành Không Đoàn Yểm Cứ Pleiku, kế tiếp Không Đoàn 72 Chiến Thuật được thành lập, trực thuộc Sư Đoàn 2 KQ cho tới khi trở thành SĐ6KQ vào năm 1972.

Trong số 4 phi đoàn của Liên Đoàn 72 Tác Chiến - 530 khu trục, 118 quan sát, 229 và 235 trực thăng - tôi thân thiết với phi đoàn 530 của ông Lê Bá Định hơn cả vì là ông sếp cũ của tôi (Trưởng Phòng CTCT - CCKQ92), nhưng "thần tượng" của tôi lại là vị phi đoàn trưởng (đời thứ hai) của PĐ 118 Bắc Đẩu: Thiếu tá Võ Ý. Trời sinh anh ra với nhiều ưu đãi - đẹp trai, lắm tài, hào hoa phong nhã nên cũng bắt phải chịu một thiệt thòi: nghèo. Nghèo như cái tên "Võ Ý" của anh, cái tên chỉ có ba mẫu tự, cái tên ngắn nhất nhì trong lịch sử dân tộc từ thuở Vua Hùng dựng nước. Không hiểu Võ Ý nghèo từ

3 đời hay mới nghèo gần đây thôi vì cái tật hào phóng kinh niên, mà chỉ biết anh là một trong những vị phi đoàn trưởng "đói" nhất mà tôi được biết. "Đói" nhưng không "rách". Vì thế lại càng "đói"!

Nhưng một khi "người quân tử ăn chẳng cầu no", thì người nghệ sĩ lại càng nên... đói để cho văn chương thanh thoát, hồn thơ dào dạt. Đó cũng chính là trường hợp của nhà thơ tài tử Võ Ý. Sau đây là một bài thơ của anh trong tập *"Một Góc Pleiku"*.

Ở Pleiku

Bây giờ ta ở Pleiku
Thấy xanh núi đó thấy mù nầy sương
Núi xanh còn ngỡ phố phường
Mù sương ngán ngát dễ thường dễ khuấy
Bây giờ ta nấu nung đây
Kêu thương con quốc đắng cay tấc lòng
Bụi hồng gió cuốn thinh không
Ta con chim nhỏ dám mong nỗi trời

(Pleiku, 1972)

Trong việc phê bình sáng tác của người khác, đánh giá thơ có lẽ là việc khó khăn nhất. Bởi vì một bài thơ được xem là hay hoặc dở, được đón nhận hay hững hờ, ngoài trình độ thưởng thức tối thiểu, còn tùy thuộc một phần vào việc đối tượng đó có cùng cảm quan, rung động với người làm thơ hay không. Vì thế, tôi không dám tự tiện ca tụng thơ Võ Ý. Nhưng ít nhất tôi phải thán phục tài "xuất khẩu thành thơ" của anh.

Người xưa "đi ba bước làm một bài thơ". Bài *"Chào sáng"* dưới đây, Võ Ý làm mà không bước.

Mùa Hè Đỏ Lửa 1972, Tây Nguyên tơi bời khói lửa. Hết mất Dark Seang tới Tân Cảnh, hết bỏ Chư Pao tới Charlie... Căn cứ Không Quân Pleiku nhỏ hẹp bỗng trở thành nơi dừng chân của những toán quân đi, và nơi nhận xác người về trong quan tài bọc kẽm.

Sáng sớm hôm ấy, các sĩ quan chỉ huy thuộc Liên Đoàn 72 Tác Chiến trong đó có ông Lê Bá Định, anh Võ Ý đích thân ra trạm hàng không quân sự để đôn đốc, lo liệu phi vụ đưa xác các tử sĩ về quê nhà an nghỉ. Cảnh tượng thê lương đập vào mắt đã khiến Võ Ý lặng người. Anh đưa tay lên chào, mắt nhạt nhòa, rồi xuất khẩu thành thơ - bài thơ mà với tôi tuy rất ngắn đã đủ nói lên tâm hồn anh, dù ý thơ đơn sơ, lời thơ mộc mạc, không màu mè, chải chuốt:

Chào sáng

Chào anh buổi sáng Tây Nguyên
Tay ngang tầm mắt đầu nghiêng cúi chào
Quốc kỳ phủ xuống công lao
Có bi-đông nước dựa vào xác thân
Nghĩ anh đi cũng an phần
Xum xuê có trẻ bảng khuâng đứng ngồi
Chị thì rũ tóc máy môi
Chào anh buổi sáng mắt tôi nhạt nhòa.

(Pleiku, 1972)

Đó là Pleiku của Võ Ý, của tôi, và cũng là của cánh chim đầu đàn đã lìa tổ Trần Văn Minh, của các niên trưởng Phùng Ngọc Ẩn, Đỗ Trang Phúc, Nguyễn Văn Bá... của những người hùng thiên cổ Thặng "Fulro", Kỳ 530, Tuấn 229,...

Xin cảm ơn anh Võ Ý. Xin cảm ơn tất cả những người Không Quân đã yêu và còn nhớ Pleiku - góc trời kỷ niệm.

NGUYỄN HỮU THIỆN
Melbourne - 11/1998

Biển Hồ, Pleiku

◆ XƯA TRÊN ĐÓ

(Thơ Võ Ý - Nhạc Trần Duy Đức – Tiếng hát Tấn Đạt)
https://www.youtube.com/watch?v=BgS4BVjM43M

Từ một bài thơ "Còn Một Chút Gì Để Nhớ", nhạc sĩ Phạm Duy phổ nhạc, qua tiếng hát danh ca Thái Thanh mà hầu như ai cũng biết và yêu thích, đến nỗi được nhà thơ Du Tử Lê, trong một bài viết, đã cho rằng, thi sĩ Vũ Hữu Định là người đã đội vương miện cho thành phố Pleiku. Có lẽ nhờ thế, theo tôi nghĩ, phố núi Pleiku đã trở thành một địa danh thi ca thơ mộng trong tâm tưởng những người thưởng ngoạn thơ, nhạc. Tôi yêu và nhớ lắm thành phố núi sương mù này, nơi tôi đã từng sống hơn ba năm trong đời... "binh nghiệp" của mình, và ước mơ một ngày nào được trở về thăm lại lần cuối trước khi nhắm mắt, xuôi tay...

Và cũng tại địa danh thi ca thơ mộng này, vào giữa lúc chiến tranh lửa đạn mịt mù, tôi đã từng đọc và yêu thích một bài thơ của thi sĩ Không Quân Võ Ý, có nhan đề rất *"mây chiều bảng lảng tầng không"* của nó: *"Xưa Trên Đó"*. Mãi đến 42 năm sau, nơi xứ người, tình cờ được đọc lại, lòng tựa như *"tha hương ngộ cố tri"*, cảm xúc đến thật nhanh, đã giúp tôi phổ nhạc xong bài thơ này.

Bài thơ được sáng tác năm 1967, ở Pleiku. Với tôi, đây là một bài thơ rất hay - hay từng chữ từng câu - đọc đến đâu đều thích: Câu chuyện tình của một phi công VNCH trong thời chiến: Chàng gặp nàng (cô giáo đang dạy học tại thị xã), họ tình cờ gặp nhau tại Hội quán Phượng Hoàng (một vũ trường nổi tiếng ở Pleiku).

*"Xưa trên đó sương nhòa hơi thở đượm
Dốc cũng vừa ta bước xuống vô biên.
Mê cho lắm cho tay dài với mộng
Mặt trời lên chiếu rạng tới ưu phiền.
Mưa thì sinh bụi mù thay nắng gió
Gặp là vui cam khổ cũng cam đành.
Vui cho quên đâu bằng xưa trên đó
Áo bay bay mờ áo dấu phượng hoàng."*

Vâng, dĩ nhiên chàng và nàng đã yêu nhau thắm thiết như thế. Cho đến khi mộng ước không thành, nàng đành lên xe hoa... Chỗ này xin mở ngoặc, lính Không Quân chúng tôi từng được... mang tiếng hào hoa phong nhã, nhưng đâu ai biết, cũng từng bị... thất tình điên đảo như ai. Mỗi lần bị thất tình, chàng cũng đau khổ dữ dội lắm, cũng thất vọng não nề lắm, nhưng chắc... không bao giờ tuyệt vọng. Nàng Lan phụ tình chàng, chàng đau khổ quằn quại lắm, nhưng rồi chàng lại đi tìm nàng Huệ khác – nghĩa là, càng thất tình, chàng càng đeo miết mấy nàng thôi...

*"Quên được thì quên nhớ thì ai nhớ
Quên cho rồi quyền gọi quốc tử đây
Nhớ đâu đâu lạ lùng trăng đêm đó
Tượng đá thần linh sao ta tỉnh say."*

Tôi không phải là nhà phê bình thơ, nhưng cảm nhận của tôi, một người viết ca khúc, khi phổ nhạc đến khổ thơ này, thú thiệt, tôi đã hoang mang với câu *"Tượng đá thần linh sao ta tỉnh say"*, mà tưởng tượng ra như vầy: Nàng (cô giáo) được ông KQ mời (hay dụ dỗ) đi chơi đêm trăng. Trước khi chia tay để về phi trường Cù Hanh, và trong giây phút nghĩ rằng có thần linh phù hộ, ông KQ liều ôm hôn cô giáo thật nồng nàn, do cảm xúc mãnh liệt, cô giáo ngây người như... tượng đá! (Ghê quá!).

Khổ thơ kế tiếp:

"Một dạo bay qua nhìn qua trên đó
Đồi như vương cây như vấn chân nàng (câu này tuyệt vời!)
Phố cũng xưa và tim thì đau nhói
Quạt nồng đâu qua đó để cơ hàn?"

"Quạt nồng đâu..." là sao? Thiệt tình, tôi đã tưởng tượng và suy diễn theo cách riêng của tôi: Khi cô giáo lên xe hoa, ông KQ cắt cớ tặng cây quạt, với một ý tưởng xấu xa là dùng cây quạt để quạt mồ chồng mau khô cô để theo ông KQ? (Ác quá!).

Cảm thấy không ổn với cách suy diễn tưởng tượng có phần... không đúng của mình (vì khó mà phổ nhạc được với cảm nhận như thế) tôi đã quyết định gọi phone cho thi sĩ để hỏi cho ra lẽ. Nhờ tình chiến hữu, huynh đệ chí binh thân thiết, ông vui vẻ giải thích chuyện tình của ông, có thể tóm gọn như sau: Chàng và nàng từ Nha Trang lên Pleiku nhận việc. Chàng bay không yểm cho Quân Đoàn II, nàng dạy học các cháu nhỏ tại địa phương, tiền lễ hậu văn. Họ có dịp gặp nhau tại Hội quán Phượng Hoàng Pleiku, và cùng thề nguyền loan phượng hòa minh (chàng và nàng đã thề non hẹn biển: thệ hải minh sơn/ Tương kính một đời: sắt cầm hoà hiệp). À ra thế! Ý nghĩa *"hoà minh"* đó!

"Biển rộng có bờ, sông dài có ngọn
Đã hẹn bến bờ đến ngọn hòa minh.
Nhưng sông có khúc tình người vô hạn
Đã hẹn thì chờ dâu biển chờ xem!"

Nhưng cuộc tình đẹp nào mà không dang dở? Cây quạt Nhật Bản nhỏ nhỏ xinh xinh là món quà cưới vội vàng cùng với nụ hôn từ biệt một đêm trăng, sững sờ tượng đá...

Mối tình đẹp và lãng mạn như thế - không như những gì tôi đã tưởng tượng, suy diễn một cách sai lạc; sau đó tôi đã hoàn tất việc phổ nhạc bài thơ này khá nhanh, và giữ được gần như trọn vẹn nguyên bản. Muốn chia sẻ với các bạn cho vui trước khi mời thưởng thức ca khúc này. Mong niên trưởng Võ Ý đừng nổi giận, nếu chẳng may đọc được (theo chỗ tôi biết, ông chưa có account FB, chắc không sao đâu!).

Bản nhạc mới được thâu âm xong qua tiếng hát của ca sĩ Tấn Đạt (một người bạn trẻ của tôi, hiện đang là giảng viên dạy thanh nhạc) với kỹ thuật điêu luyện, giọng ca truyền cảm, hẳn là phải... hay thôi! – Tiện thế xin giới thiệu, bạn nào muốn học luyện giọng để trở thành ca sĩ chuyên nghiệp, xin liên lạc Lớp Thanh Nhạc Tấn Đạt **(714) 266-9599** / Website: http://tandatmusic.com

Không quên cảm ơn chị Giang Thanh (hiền nội KQ Lạc Long Nguyễn Ngọc Đỉnh, PĐ229) đã bảo trợ và thực hiện ca khúc này được ra đời.

Mời các bạn thưởng thức, qua video được dàn dựng thật đẹp bởi nhạc sĩ KQ Hoàng Khai Nhan.

Thân ái,

TRẦN DUY ĐỨC

Và cũng mạn phép đăng thêm bài thơ hoạ (rất hay!) của Thi sĩ Nguyễn Diễm Nga:

◆ NAY TRÊN ĐÓ

Nay trên đó, Pleiku ai có nhớ?
Một thuở xưa ta ngang dọc đường bay
Đôi cánh Cessna quyện cùng với gió[1]
Như quạt nồng yêu dấu nối dài tay

Bốn mươi ba năm gió thoảng mây trôi
Quên được thì quên... nhớ thì ai nhớ
Quốc nhớ Quyền, chim bồi hồi nhớ núi
Hồn Cali, tầm vọng tưởng Biển Hồ[2]

Vầng trăng xưa lạ lùng đêm hôm đó
Dấu phượng hoàng ngơ ngẩn chuốc ta say
Ngọn đồi cũ có còn vương gót nhỏ?
Phố núi xưa chắc đã hết thơ ngây!

Con dốc cũ có chờ ta bước xuống?
Cõi vô biên – cam khổ cũng cam đành
Sông có khúc – trăm năm là hữu hạn
Lội ngược dòng há kiếm lại ngày xanh?

Nay trên đó, bên bờ giao ước cũ
Giữa vô thường, em dễ có như xưa?
Hương phấn chắc nhạt nhoà theo cơn lũ
Ta còn đây quên – nhớ mấy mươi mùa.

DIỄM
Cali - 7/17/2018

---

1 Cessna, loại phi cơ nhỏ, cánh quạt, 6 chố ngồi
2 Biển Hồ: một một thắng cảnh ở Pleuku

185

ĐÃ RỘNG ĐƯỜNG BAY MỘT CÁNH CHIM
(Tặng Võ Ý)

Lần mò tin tức qua bè bạn
Được biết nhà ngươi mới đến đây.
Ôi đã đến rồi người một thuở...
Lòng ta rộn rã quá hôm nay.
Ta tiếc sao bạn mãi miền đông ấy
Nghìn dặm trùng khơi cách chốn này
Ta lại xứ người còn...lạng quạng
Lương tiền èo uột cái...vung tay
Thế nên chưa thể như lòng muốn
Vèo đến mừng nhau chén rượu say
Để thấy nụ cười muôn thuở...ý
Xiêu lòng không biết mấy...xưa nay.

Người ơi mới đó mà như gió
Một thoáng nhanh sao nhịp tháng ngày
Nhớ bể dâu nào cơn ác mộng
Lọc lừa nào ập xuống không hay
Bỗng dung gẫy súng đầy oan nghiệt
Tức tưởi trời cao vạn cánh bay
Ly tán trăm lòng cơn bão loạn
Tan đàn lạc nghé nỗi đau cay.

Cách nhau từ đó tăm hơi biệt
Nào biết vào trong cảnh đọa đày

Ta ở vùng cao về châu thổ
Thái Nguyên rồi Nam Định đâu đây
Vẫn nghe dậy tiếng thù oan nghiệt
Vọng khắp mười phương đất Bắc này.

Buổi sáng, buổi chiều, trưa, mấy buổi
Nước phèn vàng đậm móng chân tay
Buổi chiều, buổi sáng, bao nhiêu buổi
Đất cứng đào ao, núi đốn cây
Bao buổi một ngày, rau dại ối
Bao ngày một tháng, sắn hà say.

Ta nghe trại chính Chi-nê ấy
Bạn cũng lao công nặng tháng ngày
Kịp lúc chúng dời ta đến đó
Thầm mừng xa cách bấy lâu nay.
Gặp nhau, cho dẫu trong giam cấm
Vẫn thấy lòng riêng chút khỏa khuây
Nào biết chúng đà di chuyển bạn
Trại nào, kẻ ở chẳng ai hay
Rồi ta cứ thế mà ly tán
Biền biệt tăm hơi mãi tháng ngày.

Lận đận 13 năm trong thống hận
Bạn về đô thị trước: tên thay
Ta về lại phố quê hương cũ
Để thấy sầu dâng khắp cỏ cây.
Đời đã cuốn vào cơn lốc dữ
Triệu lòng ngậm đắng nuốt chua cay
Ở đâu máu lệ hoan trời đỏ
Nhuộm Việt Nam vào mỗi phút giây.

Ngơ ngác lạc loài như kẻ lạ
Bọn mình còn chi nữa trong tay
Áo cơm, nhân phẩm, lời ân nghĩa
Nỗi ước niềm mơ, hướng đã quay
Tim óc từ đâu mà gỗ đá
Xét dò đến cả chút riêng tây.
Hỡi ơi quy cách nào chung thủy
Lời của ca dao cũng vạ lấy.

Sống giữa quê hương thành khách lạ
Bọn mình từ gãy cánh chim bay
Kình ngư quẫy sóng reo lòng biển
Thảm nạn nào hơn giữa vũng lầy

Bạn mở quán cà phê bít tất
Cũng làm ông chủ, kém chi ai

Đốt lò, nhen lửa, pha trà nước
Quanh quẩn chồng vui tiếng vợ sai.
Mấy đứa con thơ: bôi lẫn bếp
Nụ cười riêng dấu mắt hoen cay
Quán trên đường dẫn ra xa lộ
Nhìn xéo Hàng Xanh, bụi phủ đầy
Ờ nhỉ, hướng nào xa, phi đạo
Cánh bằng bao độ xé đường mây.
Chân trời, Bắc Đẩu từng soi sáng
Ngạo nghễ tầng cao khắp đó đây.

Bạn kể ta nghe chiều Dak-Suk
Sương mù Phú Bổn, gió La Hai
Bạn nhắc Finnon, Tố Hạp cũ
Mắt thần soi chính xác Đồng Dài
Bạn nhắc...chợt cùng ta lặng ngắt
Mắt nhìn nhau lòng dạ bùi ngùi
Bạn nhaqsc cả đêm nào... lãng tử
Dựa vào ai canh phé miệt mài
Kịp bốn hướng tiếng gà gáy sáng
Vội quay về, hoàng đế không ngai
Vào ASOC phi trình kia đã định
Và đường bay vẫn đẹp ban mai.

Vui sao quán bạn đây...tản khách
Lặng lẽ ngày đêm lui tới đây
Tản khách phần đông dân cóp-pít
Tủ về tài sản trắng hai tay.
Cà phê vị đắng mà tâm sự
Ngọt giữa lòng nhau nỗi đắng cay.
Thời, thế, bại, thành, câu luận giải
Cười vang sóng sánh chén vơi đầy
Bao nhiêu năm nữa ai người hỏi
Ta vẫn đầu cao ngẩng trước nay.

Bạn vấn ta về miền cát trắng
Thùy dương còn đẹp nữa không, hay...
Hỡi ơi dâu bể đâu chừa sót
Góc biển chân rừng, ngọn cỏ cây.
Alice, Hoàng Dung, Hàn Tố Tố
Khác gì buổi đất nước không may
Đã sinh Bùi Kiệm làm sao khỏi
Một Nguyệt Nga kia chẳng đọa đày
Mệnh phụ trở thành người lỡ bước
Má hồng vạ gió lẫn tai bay
"Lối xưa xe ngựa hồn thu thảo"[1]
Cảnh cũ đìu hiu ngọn gió lay.

---

[1] *Đây Thôn Vỹ Dạ*, Hàn Mặc Tử

Độ nhật ta làm anh đóng sách
Nhận khâu sách cũ lại, qua ngày...
Những trang chữ nghĩa thời hưng thịnh
Cho lại lòng riêng chút bóng mây.
Sống bám vợ con nghề chạy chợ
Mà trà với thuốc vẫn phảy phảy
Tội gì than vãn cho...người ngợm
Những tưởng rằng nên lại vỗ tay.

Trong tủ còn được ba mươi ký
Không chết thì thôi, số vẫn may.
Và đợi, và mong, chờ, cũng đến
Thân gầy quá rộng cửa sản bay
Mười lăm năm đã tàn cơn mộng
Ác mộng qua rồi, ta đến đây.

Ta ra đi trước, hồn vương lại
Góc phố Hàng Xanh bụi phủ đầy
Quán cóc cà phê vầy lũ bạn
Với lòng đòi đoạn chén men cay
Nhẹ xem bá đạo thời đang dậy
Thấu lẽ phù du chuyện trả vay.
Để thấy ngày mai Xuân sẽ đến
Luân hồi tiền hậu vẫn xưa nay
Bạn đi sau vẫn trên đường đến
Và đến đây rồi, đã đến đây.

Quá rộng xứ người Nam với Bắc
Bạn miền Đông bộ ta phương Tây
Mà thôi, khoảng cách không gian ấy
Chẳng phải mù khơi ở chốn này
Chỉ mấy giờ bay vèo cất cánh
Đoạn đường ngắn một giấc chưa say
Mai kia mốt nọ về thăm bạn
Mặc sức hàn huyên chuyện nước mây.
Giờ tiếng thơ mừng nhau tái ngộ
Bầu trời cao rộng đã giang tay
Cánh chim dằng dặc nơi lồng hẹp
Đã vút tầng xanh thỏa cánh bay.

Một chữ Tự Do tìm đắt giá
Mười lăm mười bảy năm chua cay
Thì thôi hãy hít căng lồng phổi
Vị mới phương người hương cỏ cây
(Cho dù phổi không còn vẹn nữa
Tổn thương trong gánh nặng tù đày)
Hãy đón màu xanh niềm ước vọng
Đất trời cơ hội của tương lai
Nỗi đau quá khứ chờ nhau giữa
Hùng khí còn nguyên như sớm mai.

võ ý

Ta nghe bạn mới qua tuần trước
Tuần kế chưa chi đã...kéo cày
Cuộc sống tự do mà...thực dụng
Ôi toàn thực dụng ở nơi đây.
Rồi mai rồi mốt nhà ngươi sẽ
Hiểu rõ hoa hương xứ sở này.
Mấy jobs cũng không vừa để trả
Bao nhiêu thứ nợ chất trên tay
Nhà xe càng đẹp càng cao máu
Ác mộng càng thêm đến phá rầy.

Ta đã làm bồi, đi bán chợ
Chẳng gì là dở, chẳng chi hay
Mùa đông buốt giá mà đi bộ
Mới thấm nguồn cơn rủi với may.
Bạn cứ quên đi mà tiến bước
(Gay nào hơn giữa thấp tầng mây
Với phòng không địch dày như lưới
Mà vẫn ra vào đẹp cánh bay)
Thì nơi đất mới đời luân lạc
Chẳng có chi làm nhụt chí trai.
Tha phương bè bạn...hình như cũng
Cuộc sống làm cho lắm đổi thay.
Thăm hỏi nhiệt tình thành dấu hỏi
Tưởng rằng mình dụng ý chi đây.

Biết đâu mình vẫn còn thông tục
Tình nghĩa luôn luôn bát nước đầy
Nơi đâu "Sương khói mờ nhân ảnh"[2]
Câu chuyện thời gian chính ở đây.

Qua trước qua sau trò dị biệt
Quên điều nhắm mắt cũng xuôi tay
Vận hên rủng rỉnh nên đôi chút
Đã nhún vai nhìn kẻ chẳng may.
Đâu nhớ phù du cơn biến dịch
Lẽ đời tan tụ một cơn mây
Hiển vinh xe ngựa nào viển miễn
Hay có rồi không có đó ngay.
Cũng chỉ nỗi niềm thân tạm gởi
Chớ nào nguồn cội ở chi đây
Mà cao mà thấp trò sân khấu
Những thẹn lòng chung kẻ lạc bầy.

Vậy đó, hỡi nhà ngươi Bắc Đẩu
Mấy dòng một mạch viết hôm nay.
Chút vui chung cảnh điêu linh, đã
thoát được tai ương những tháng ngày.

---

[2] *Thăng Long Thành Hoài Cổ*, Bà Huyện Thanh Quan

Thêm chút đàn đau cung lạc điệu
Nỗi người luân lạc khắp phương đầy
Chẳng đem tâm sự lời rao bán
Cùng với nhà ngươi chút đắng cay.

Bạn đã hôn thơ bao bão tố
Đời ta nghiệp dĩ cũng đong đầy
Kiếm cung những lỡ cùng sông núi
Thi phú thế không hổ nước mây
Một đỉnh Lâm Viên cao chất ngất
Một trời đất nước rất riêng tây
Không Gian Tổ Quốc ngàn sao sáng
Bắc Đẩu bên trời vẫn trước nay
Hay mãi ngẩng đầu cao một hướng
Đường đi son sắt dẫu đêm ngày
Lòng luôn thẳng tắp đời phi đạo
Giữ trọn hồn nâng bổng cánh bay...

Miền Bắc Cali, tháng 10/1992
DUY NĂNG
(1935 - 2002)

Cựu SVSQ Nguyễn Văn Trí,
K14 Trường VBQGVN
Tác phẩm: *Giấc Ngủ Chân Đèo* (thơ, 1964)
Vẫn Đời Đời Hoài Vọng (thơ, 1971) *Giữa Dòng Nghịch Lũ* (truyện, 1991)
Dặm Nghìn (thơ, 1998)

◆ VIẾT CHO BA MẸ

Con không nhận ra sự già nua của Ba,
và quên mất tuổi đời của Mẹ.
Lại lo lắng sao thời gian đi qua chẳng lẹ,
để mỗi ngày con bé mãi, chẳng được lớn lên.

Con không nghĩ mình sống nhạt với Ba,
cũng không tin mình hững hờ với Mẹ.
Chỉ giật mình có những điều rất bé
Ba Mẹ phải cậy nhờ người khác giúp cho.

Con không phải là người có lắm chuyện lo,
Vẫn chưa bao giờ cùng Ba nhỏ to
câu chuyện cuộc sống.
Cũng không phải là người lo toan hàng đống lo toan,
vẫn không đếm được một lần cùng Mẹ nhổ cỏ phía vườn cây.

Con viết được nhiều những đoạn văn hay,
vẫn chưa bao giờ viết được bài thơ đầu tay cho Ba Mẹ.
Con học thêm nhiều từ ngữ bóng bẩy kiêu sa,
vẫn vụng về hoài hai chữ "cám ơn" cho đấng tạo ra mình.

Đâu phải con vô tình trước sự hy sinh của Ba,
và thờ ơ trước biển rộng bao la lòng Mẹ.
nhưng con sẽ chẳng bao giờ hiểu được mình may mắn ra sao,
cho đến ngày biết mình sắp rời Mẹ rời Ba.

Rồi con sẽ là vợ người ta.
Chưa xa Ba mà đã thấy tủi thân vì thiếu người nâng đỡ.
Chưa rời Mẹ mà đã nghe lạc loài vì sợ hụt hẫng tình thương.
Chưa một ngày con đền đáp công ơn,
mà nay vội bỏ đi xa.
Đem nỗi trống vắng quạnh hiu làm phiền thêm lòng Ba Mẹ.

Con vẫn nhớ,
Ba đã nói - sống phải có "nghĩa" có "nhân".
Con vâng dạ, nhưng chỉ ân cần với người dưng thiên hạ.
Mẹ thường nói - đời có "trả" có "vay".
Con âm thầm "vay" mà đâu hay mình đắn đo chuyện "trả".

Con tự hào vì thừa hưởng từ Mẹ lòng từ bi hỉ xả,
hãnh diện vì đón nhận nơi Ba tính đùm bọc nghĩa nhân.
Mà đêm nay lòng chợt khắc khoải, phân vân;
Sao con sống chưa tròn câu hiếu thảo?

Con vẫn biết Ba Mẹ không đòi hỏi con phải thật hoàn hảo,
cũng không buộc con phải đền đáp cho xong ơn dưỡng dục,
sanh thành.
Nhưng những cử chỉ rất vặt vãnh, chân thành,
liệu con có làm tròn để giấc ngủ
Ba Mẹ đêm về thanh thản?

Con vẫn sống – hồn nhiên, bình thản.
Vô tư nghĩ "Ba Mẹ ở đời là để sống cho mình".
Lúc Ba mắng con bực mình tránh né,
khi Mẹ rầy, con dỗi hờn toan tính chuyện bỏ đi.

Và được mấy khi,
con cảm ơn bữa cơm chiều Mẹ nấu?
Được mấy lần,
con xin lỗi lúc lỡ lời nặng nhẹ với Ba?

Chắc con sẽ chẳng bao giờ nhận ra
Sự yêu thương, nếu sống hoài trong vòng tay Ba Mẹ.
Nay con tự tách mình lặng lẽ,
mới nhận những tháng năm qua mình sống quá hững hờ,
với Mẹ với Ba.

Để tránh lúc muộn màng mới xin được thứ tha.
Rồi hối hận hoài khi đã không còn Ba, còn Mẹ.
Nay con viết vài điều từ tấm lòng con trẻ,
xin tặng Ba Mẹ thay những tháng năm dài con lơ đểnh,
vô tình.

Vì con biết trên đường đời mình sẽ mỏi gối, chùn chân,
lạc lõng lắm nếu thiếu vắng tình thương Ba Mẹ
Và con lại quay về rất khẽ
xin Ba Mẹ niềm tin, tiếp tục cuộc hành trình.

Con cám ơn Ba, đã tạo vóc, tạo hình,
cho khối óc, cho bầu trời cao rộng.
Cám ơn Mẹ, cho tình thương, cho sự sống,
vun gốc tinh thần, chắp đôi cánh ước mơ.

Và xin lỗi Ba những ngày tháng ấu thơ,
con cạn cùng khiến Ba giận đêm dài mất ngủ.
Xin lỗi Mẹ bao lần ấu trĩ,
làm Mẹ buồn nước mắt chảy ngược vào trong.

Ba Mẹ cũng biết con là đứa rất ngông
nên sẽ khập khiễng trên đường đời nếu thiếu người dìu dắt.
Một mai nầy thiếu đắn đo cân nhắc,
con lại làm Ba buồn Mẹ khóc.
Nay con xin trước ở Ba tính độ lượng,
và ở Mẹ lòng vị tha.
Nếu có những điều vì ngu dại con chưa kịp nói ra,
hoặc cuộc sống khiến con thành kẻ thờ ơ lầm lỗi.
Xin Ba Mẹ hiểu trong con có một điều không đổi;
Ba Mẹ là cội-nguồn, là gốc rễ cuộc đời con.

VÕ QUÝ THẢO
St Louis, 2002

◆ TO MOM AND DAD

As I neglect your getting old, Dad
and forget about Mom's advanced age,
I wonder why time has refused to go by fast,
Leaving me forever a little kid, not a grownup.

I don't think I've taken you lightly, Dad
and neither have I been indifferent to Mom.
Yet I feel astonished to see trivial things
Achieved by someone else on your request.

I'm not anyone who has either too many worries,
Or confidences about life to share with you, Dad,
Also, I haven't really been too occupied
To weed at least once with Mom in the garden.

I can write quite a few good literary proses,
Yet, I've never produced my first poem for you two.
I've learned more shiny and elegant words,
Yet, it's still hard for me to say "thank you" to my parents

It's not that I'm ungrateful to your sacrifice, Dad,
and that I'm indifferent to Mom's open heart toward me
Yet, I will never understand how fortunate I've been
until the day I realize I will soon leave you, Mom and Dad.

Since I'm going to be someone's wife
I can't help feeling pitiful for my lack of support

Or without my Mom's love when I'm away.
I can't pay your benevolence for even one day
Yet I'm leaving you both in your painful loneliness.

I still remember Dad's words on loyalty and humaneness
I obeyed but thought they were meant for other people.
As with Mom, she often mentions about 'debt' and 'pay'
While I quietly keep being indebted without paying.

I am proud to inherit Mom's compassion and forgiveness,
And to receive Dad's care qualities and benevolence.
However tonight, I suddenly feel restless and uneasy
About why I haven't fulfilled my filial duties?

Dad and Mom, I'm sure you never ask me to be perfect
Nor force me to fully repay your effort in bringing me up.
Yet, I keep wondering my trivial though sincere gestures
Have in some way, disturbed your peaceful night sleep?

I'm still alive and innocent in mindlessly thinking
"Your presence in this world is just for me."
When Dad scolded me, I stayed away in upset.
And against Mom's reprimands, I sulkily planned to go away.

I seemed to have rarely
Thanked Mom for the dinner she cooked,
Or apologized to Dad,
For my accidental harshness with him.

I'll probably never realize your deep love
When I keep living in your arms, Mom and Dad.
Only now when I'm quietly leaving our beloved abode,
Do I perceive how, through all these months and years,
I've been so indifferent with you.

To avoid asking for your forgiveness at the last minute
Then feel regretful forever in your permanent absence.
Dad and Mom, from my childish heart, I'm writing these lines
 To compensate for my long years' indifference and neglect.

Since I realize my life will face with failures and troubles
Especially without the love from you, Mom and Dad.
Please, when I quietly come home and ask for help,
Give me confidence so I can continue my journey.

Thank you, Dad, for my body and mind,
For the brain that allows me to see open sky high above
Thank you, Mom, for your love to my life
And my spirit for my wings to reach my dreams.

May I apologize, Dad, for those childhood days
When my waywardness angered you to sleeeplessness
Sorry Mom for many times of my childishness
That caused you to be sad and shed tears in silence.

You know, Mom and Dad, that I am a spoiled child
Who would fail in life if without your guidance
Or for some time, due to immaturity and carelessness
I'd again bring you sadness and tears in your eyes.

So may I ask you in advance for generosity, Dad,
And for kindness, Mom.
If there are things I can't speak out due to my own silliness
Or because my life having made me indifferent and faulty,
Please understand that there's always this constant thought in me:
"You are the source, the foundation of my life."

Thanksgiving 2024
Translated by **DZIEN TON**
*(GS Văn Hóa Vụ Tôn Thất Dziên, K10
Trưởng Khoa Anh Văn Trường Võ Bị Quốc Gia Việt Nam)*

◆ Ý THƠ TRONG THƠ Ý

LỜI GIỚI THIỆU:

Chủ nhật ngày 27 tháng 8/2023, gần 100 quan khách, hầu hết là cựu học sinh Phan Châu Trinh Đà Nẵng, Cựu SVSQ Trường VBQGVN, các chiến hữu Không Quân và bằng hữu thân thiết tại Nam Cali, đã tham dự buổi giới thiệu "Thơ Ý" được tổ chức tại Viện Việt Học (Brookhurst, Little Sài Gòn).

Thơ Ý được xem như di bút của một cánh chim Miền Nam Tự Do gởi lại đời sau với thầm mong ước: Việt Nam Dân Chủ Nhân Quyền sánh vai cùng thế giới.

Thơ Ý là quà tặng. Mọi ủng hộ được sung vào quỹ điều hành của Viện Việt Học.

Trân trọng giới thiệu phần phát biểu "Ý Thơ Trong Thơ Ý" của diễn giả Luật Sư Đỗ Thái Nhiên.

(Bắc Đẩu Võ Ý, K17)

Gia Đình Võ Ý – *Từ phải:* Quý Thảo, Quý Thương, Vân Anh (dâu), bà Sui, Võ Vinh & các cháu nội ngoại

Kính thưa Quý Quan Khách,
Kính thưa Quý thân hữu,

Trước tiên tôi xin phép được cảm ơn tác giả Võ Ý đã dành cho tôi vinh dự bước lên diễn đàn này nói đôi cảm nghĩ về thơ của Võ Ý dưới đề tựa: "Đi tìm Ý Thơ Trong Thơ Ý".

Kính thưa quý vị:

Thi phẩm Thơ Ý, 202 trang, gồm bốn tiểu mục:

1) Miền Nam Tự Do Nhân Bản.
2) Ngục Tù Cộng Sản.
3) Nín Thở Tại Saigon.
4) Đất Trời Tự Do.

Bốn tiểu mục vừa nêu hàm ngụ những thăng trầm, những chuyển biến của bốn yếu tính trong mỗi con người: Ái tính; Tự vệ tính; Nhu yếu; Và Tính xã hội.

Trong bốn yếu tính kia, ái tính là tính trội yếu hàng đầu. Thông thường khi đời sống tình ái của một người bị trúng thương thì ba nhân tính còn lại của đương sự hoặc ít hoặc nhiều sẽ bị khập khiễng.

Đi tìm Ý Thơ trong Thơ Ý không gì ngắn, gọn và chính xác hơn là đọc THƠ TÌNH của Ý.

Một cách chung nhất: Tình yêu có hai hình thái: hoặc yêu đơn phương hoặc yêu song phương. Nhà thơ họ Võ vừa sợ sầu khổ trong yêu đơn phương vừa không đủ sức quay cuồng trong yêu song phương, phi công Võ Ý bèn chọn con đường yêu mà như không yêu. Con đường này Võ Ý gọi là con đường *"hình như"*:

Hình như trong ánh mắt nhìn
Thấy căn duyên bỗng giật mình tỉnh say
Hình như trong sợi tóc mai
Một mùi hương lạ bỗng ngày ngất đời
(Hình Như Trong Sợi Tóc Mai, *Thơ Ý, trang 139*)

Mặc dầu chỉ yêu theo kiểu *"hình như"*, đôi vai của Võ Ý bao giờ cũng nặng trĩu rất nhiều cái *"hình như"*. Điều đáng nói là bên dưới khối nặng trĩu kia, Võ thi nhân vẫn cảm thấy lòng chẳng lúc nào cũng còn thừa có miền tức là còn thừa chỗ để ôm đồm thêm nhiều cái *"hình như"* khác. Thế mới biết sức chứa bất tận của quả tim không đáy. Thơ rằng:

Hình như lộng giả thành chân
Trong mê đắm có nợ nần kiếp sau
Hình như tôi hóa thân lừa
Vai mang, vai vác còn thừa có miền

(Hình Như Lộng Giả Thành Chân, trang 142)

Quả tim không đáy nhưng sức chịu đựng của con người là hữu hạn. Khi tuổi đời bắt đầu đi theo triền dốc, Võ Ý thực sự cảm thấy *"thân tàn sức kiệt"*. Cuối con đường tàn kiệt kia, người đàn ông lịch lãm họ Võ, tên Ý (Võ Ý là tình danh của Võ Ý) chợt nhận ra một chân lý cực sáng và cực lớn. Thơ rằng:

Đáy lòng ta thủng đáy,
Ta bơi trong biển tình
Sóng nghĩa nhân xô đẩy
Biển mặn không kết tinh

...

Khi thân tàn sức kiệt
Ta gối đất nhìn mây

206

Mây một trời đen kịt
Sáng tim ta Ngọc này.

(Sáng Tim Ta Ngọc Này, trang 46)

Ngọc ở đây là Ngọc Huỳnh, hiền thê của Võ Ý. Điểm sáng nhất trong viên ngọc có tên là Ngọc Huỳnh chính là sau 30/4/1975, Ngọc Huỳnh đã cay đắng trải qua 12 năm vừa lo cho ba con một trai hai gái ăn học đầy đủ, vừa đều đặn gồng gánh thực phẩm ra Bắc thăm nuôi chồng là Trung Tá Võ Ý bị giam cầm trong trại tù khổ sai của CSVN.

Người đời thường nói xem văn biết người. Vậy thì, từ "thơ tình kiểu hình như" của Võ Ý, chúng ta thử tìm hiểu đâu là mối liên hệ giữa đời thơ và đời thường trong con người của Võ thi nhân.

Ban Hợp ca Võ Bị Nam Cali mở đầu buổi RMS

Đời thường ở đây chính là đời binh nghiệp. Chức vụ và đơn vị sau cùng của Võ Ý là Trung Tá Phi Đoàn Trưởng Phi Đoàn 118 Bắc Đẩu. Không Quân quan sát là không quân không hề tác xạ vào địch. Không Quân quan sát chỉ lặng lẽ ghi nhận tọa độ của địch, báo tọa độ kia cho đơn vị bạn để đơn vị này tùy nghi tiêu diệt địch bằng những hỏa lực thích nghi. Không quân quan sát tham chiến với vị trí là đôi mắt của quân đội. Không quân quan sát chiến đấu rất hữu hiệu mặc dầu không nổ súng. Trên trận địa quân sự, Trung Tá phi công Võ Ý mang lửa đạn đến tận sào huyệt địch theo kiểu không bắn mà như bắn. Chính vì tính chính xác của Không Quân Quan Sát, CSVN đã buộc Bắc Đẩu Võ Ý phải trả giá bằng 12 năm khổ sai trong trại tù Việt Bắc.

Đời thơ của Võ Ý là cuộc trôi nổi miên viễn trên dòng "Tình Hình Như". Trôi nổi thì mặc trôi nổi, trong tim óc của Võ Ý bao giờ cũng ghi khắc hình ảnh của viên ngọc quý, tên gọi là Ngọc Huỳnh.

Đời thường tức là đời binh nghiệp của Võ Ý, nổi bật nhất là sự kiện Trung Tá Bắc Đẩu Võ Ý đã hiên ngang chấp nhận

Từ phải: MC Nguyễn Diễm Nga (K17/2) và thân mẫu, LS Đỗ Thái Nhiên, Nha sĩ Lê Như Thường, tác giả, Quý Thương

12 năm khổ sai như một thái độ vinh danh chính mình đã có hơn một thập niên tận tụy phục vụ QLVNCH ở cương vị đôi mắt của Quân Đội.

Thuật ngữ nhân dân diễn tả rằng Dân là con người sống trong xã hội với đầy đủ thất tình lục dục. Nhân là con người toàn thiện toàn mỹ. Nhân là công cụ hướng đạo của dân, giúp dân vượt thoát thất tình lục dục để tiến tới gần nhân, thể hiện nhân. Nhân cách của một người chính là mức độ thể hiện chữ Nhân trong dòng đời của người đó.

Nhân danh một người rất thân thiện với nhân, sống kế cận bên nhân, Bắc Đẩu Võ Ý, bằng thi phẩm Thơ Ý, tại phần kết thúc thi tập, đã ân cần và dõng dạc nói với hậu thế:

Tôi tin yêu trao lại
một biểu tượng thiêng liêng
phất phới hồn quê
mong hậu thế nâng niu gìn giữ
cho đến một ngày
tung trời quê cha đất tổ
lá cờ thiêng
Cờ vàng ba sọc đỏ
thân yêu.

(Kết, trang 160 Thơ Ý)

Trân trọng chúc mừng lễ Ra Mắt Sách của Võ Ý, Trung Tá Chỉ Huy Trưởng Phi Đoàn 118 Bắc Đẩu.

Kính chúc vạn an và trân trọng kính chào toàn thể quý quan khách.

ĐỖ THÁI NHIÊN

Sân khấu buổi giới thiệu Thơ Ý tại Viện Việt Học

◆ CẢM NHẬN MỘT BÀI THƠ CỦA Ý

Thật tình thì tôi chưa hiểu hết ý thơ của anh, nhưng qua một câu nói là nhà thơ Quang Dũng thì tôi có thể biết anh là ai trong suối Thơ Ý tuôn trào.

Tôi yêu thơ Quang Dũng từ hơn 50 năm trước, khi còn là cô nữ sinh đệ nhị cấp, đứng trước lớp ngâm bài thơ " Đôi mắt người Sơn Tây"

"Bao giờ ta gặp em lần nữa
Ngày ấy thanh bình chắc nở hoa
Đã hết sắc mùa chinh chiến cũ
Em có bao giờ thôi nhớ ta?"

Câu hỏi làm xao xuyến những cô gái mới lớn ngày ấy, biết đâu trong đó có Nàng Thơ của tác giả Ý, nhưng mãi tới 1989 *"nhờ nàng tôi đọc biết đời ông"* tác giả mới nhận ra sự đồng cảm sâu sắc giữa ba người: Ông, Nàng và Tôi (tác giả Võ Ý).

Qua nàng, tác giả biết ông là người trọng nghĩa, qua ông, tác giả biết nàng là người có tấm lòng cao quý. Những mắc xích liên kết đã làm nên tình yêu thời trai trẻ giữa nàng thơ và tác giả, mối tình đẹp thường dang dở nên tác giả ôm hoài nỗi nhớ suốt mấy mươi năm.

Nhưng tình cảm của tác giả dành cho Quang Dũng thì không thay đổi, sự kính trọng quý mến một nhà thơ có nhân cách lớn, cho dù cả hai không chung một chiến hào, bởi vì sự đồng cảm về văn học không có rào cản như lẽ thường tình, nên tác giả khẳng khái thốt lên *"Thơ đâu cần trích ngang lý lịch"*.

Nhà văn Ngọc Ánh và Nhà văn Giáo Sư Nguyễn Văn Sâm

Cái cốt lõi của thơ Ý là ở chỗ này, "lý lịch trích ngang" chỉ dùng trong thời điểm đen tối của đất nước sau tháng 4/75 như sự phản biệt đối xử của bên thắng cuộc dành cho kẻ bại trận, như rào cản sự tiến thân của con em chế độ cũ trong xã hội mới. Tác giả đã cố ý nhấn mạnh tính nhân bản của người lính VNCH, lòng khoan dung rộng mở khi chấp nhận con người Văn Chương ở bên kia vĩ tuyến, cái thời chiến tranh phải đối đầu với lần ranh Quốc Cộng, nhưng trong văn học Miền Nam vẫn có Tự Lực Văn Đoàn, có Chế Lan Viên, Xuân Diệu, Huy Cận, Quang Dũng, Nguyễn Bính,... những gương mặt văn nghệ đình đám ở ngoài Bắc đã được Miền Nam đón nhận không chút ngập ngừng, không kỳ thị lý lịch.

Có thể bài thơ *"Ông Nàng và Tôi"* mang nhiều ẩn dụ nào khác trong 4 khổ thơ chỉ toàn 7 chữ của tác giả, mà người đọc thô thiển như tôi không nhận ra được, biết đâu tác giả có mối tương đồng sâu sắc khi so sánh giai nhân Vườn Ổi của Quang Dũng với nàng thơ Phố Hội nào đó đã một thời yêu người phi công VNCH, nhưng tôi biết một điều Thơ Ý *"một cảnh hai quê vẫn không lẫn bóng với hình"*, cũng nồng nàn sâu lắng như thơ Quang Dũng *"U uẩn chiều lưu lạc, buồn viễn xứ khôn khuây"*, khi cả hai đều có chung một nỗi bảng khuâng thương tiếc bóng hình xưa.

California, mùa thu 2024
NGỌC ÁNH[1]

---

[1] Ngọc Ánh, tác giả 3 cuốn sách: *Nhật Ký Mực Tím, Ngày Tháng Buồn Hiu & Còn Một Nơi Để Đi Về*. Là bạn đời của Nhà Văn, Giáo Sư Nguyễn Văn Sâm.

BẮC ĐẨU VÕ Ý

- Sinh năm 1940 tại Đà Nẵng. Chánh quán Phú Vang, Thừa Thiên
- Cựu sinh viên sĩ quan Khóa 17 Trường Võ Bị Quốc Gia Việt Nam (1960 - 1963)
- Cựu phi công các Phi Đoàn 110 Đà Nẵng và Phi Đoàn 114 Nha Trang (1964 - 1967)
- Cựu Đại Úy Trưởng Phòng Kế Hoạch Hành Quân Không Đoàn 62 Chiến Thuật (1967 - 1969)
- Cựu Thiếu Tá Văn Phòng Tham Mưu Phó Hành Quân Sư Đoàn 2 Không Quân Nha Trang (1970 - 1971)
- Cựu Trung Tá Phi Đoàn Trưởng Phi Đoàn 118 Bắc Đẩu Không Đoàn 72 Chiến Thuật / Sư Đoàn VI Không Quân Pleiku (1971 - 1975)
- Cựu tù lao động khổ sai sau 30/4/1975 (1975 - 1988)
- Định cư tại Saint Louis, Missouri (1992 - 2005)
- Hiện nghỉ hưu tại Little Saigon (2005 - 202X)

www.ingramcontent.com/pod-product-compliance
Lightning Source LLC
LaVergne TN
LVHW041701060526
838201LV00043B/529